ஜென் தத்துவமும் மகிழ்ச்சியான வாழ்க்கையும்

பாராட்டு மழையில்!

காட்டுகிறது. சூழ்நிலைகள் நமக்கு ஆதாயம் அளிப்பவையாக இருக்கும் என்று நம்புவது உண்மையில் அதை யதார்த்தமாக்குவது ஏன் என்பதற்கான காரணத்தை விளக்குவதற்கு அவர் கிழக்கத்திய மற்றும் மேற்கத்தியத் தத்துவங்களையும் நவீன அறிவியலையும் தனிப்பட்ட அனுபவத்தையும் துணைக்கு அழைத்துக் கொண்டுள்ளார். "அவருடைய வாழ்க்கை மாபெரும் சவால்கள் நிரம்பியதாக இருந்து வந்துள்ளது. ஆனால் அச்சவால்களை அவர் வாய்ப்புகளாக மாற்றிக் கொண்டுள்ளார். ஒரு பீடத்தின்மீது அமர்ந்து கொண்டு ஒரு ஞானியைப்போல அவர் நமக்கு போதிக்கவில்லை. மாறாக, பல சோதனைகளை எதிர்கொண்டு அவற்றிலிருந்து மீண்டு வந்துள்ள, குழந்தைப்பருவத்தின் உற்சாகமும் ஆர்வமும் சற்றும் குறையாத ஒருவராக அவர் நம்மிடையே பேசுகிறார். உலகைத் தன்னுடைய கண்ணோட்டத்திலிருந்து பார்க்கவும் தன்னுடைய மகிழ்ச்சியைப் பங்கு போட்டுக் கொள்ளவும் அவர் நம்மை அழைக்கிறார். அது சாத்தியம்தான் என்பதை நம்மால் சுலபமாக நம்ப முடிகிறது."

- நியூ ஏஜ் ரீட்டெய்லர்

"மகிழ்ச்சி என்பது கண்ணிமைக்கும் நேரத்தில் மறைந்துவிடக்கூடிய ஒன்று. அழகான பட்டாடை ஒன்று ஒருவருக்கு மகிழ்ச்சியைக் கொடுக்கக்கூடும். மறுபுறம், ஒரு சாதாரணப் பருத்தி ஆடை இன்னொருவருக்கு மகிழ்ச்சியைக் கொடுக்கக்கூடும். அது அவரவருடைய மனப்போக்கைப் பொருத்த விஷயம். மகிழ்ச்சிக்குத் தடையாக இருக்கின்ற விஷயங்களிலிருந்து நம்மால் மீள முடியும் என்பதை இந்த அற்புதமான நூல் நமக்கு விளக்கிக் காட்டுகிறது. எதிர்பார்ப்புகள், பழக்கங்கள், கண்ணோட்டங்கள் ஆகியவற்றில் மாற்றங்களைச் செய்து கொள்ள விரும்புகின்றவர்களுக்கான ஒரு கையேடு இது. கிறிஸ் பிரென்டிஸ் தன் அனுபவத்திலிருந்து இதை நமக்குக் கற்றுக் கொடுக்கிறார். தினமும் மகிழ்ச்சியாக இருப்பது எப்படி என்பதைக் கற்றுக் கொள்ள அவருடைய அனுபவபூர்வமான அறிவைப் பயன்படுத்திக் கொள்ளுங்கள். இப்புத்தகத்தை உங்கள் படுக்கைக்கு அருகே வைத்துக் கொள்ளுங்கள். மகிழ்ச்சி உங்களுடன் நிரந்தரமாகத் தங்கிவிடும் என்பது உறுதி."

- ReverseSpins.com

ஜென் தத்துவமும் மகிழ்ச்சியான வாழ்க்கையும்

கிஜீஸ் பிரென்டிஸ்

MANJUL

மஞ்சுள் பப்ளிஷிங் ஹவுஸ்

First published in India by

Manjul Publishing House
Corporate and Editorial Office
• 2nd Floor, Usha Preet Complex,
42 Malviya Nagar, Bhopal 462 003 - India

Sales and Marketing Office
• C-16, Sector 3, Noida, Uttar Pradesh 201301 - India
Website: www.manjulindia.com

Distribution Centres
Ahmedabad, Bengaluru, Bhopal, Kolkata, Chennai,
Hyderabad, Mumbai, New Delhi, Pune

ZEN AND THE ART OF HAPPINESS.
Copyright © 2006, 2008. All Rights Reserved.

Tamil language published by Manjul Publishing House
by arrangement with the Prentiss Trust of June 30, 1998.
Original English edition published by Power Press

This Tamil edition first published in India in 2018
Second impression 2022

ISBN   978-93-87383-91-3

Translation by Nagalakshmi Shanmugam
Editing and layout by PSV Kumarasamy

Cover design: Nita Ybarra
Interior design: Roger Gefvert

திரு. டாட்
அவர்களுக்கு

மகிழ்ச்சி

இந்நூலின் முன்னட்டையிலும் ஒவ்வோர் அத்தியாயத்தின் தலைப்புப் பக்கத்திலும் இடம்பெற்றுள்ள மூன்று சீன எழுத்துக்கள் பொதுவாகச் சேர்த்தே பயன்படுத்தப்படுகின்றன. அவை மூன்றும் சேர்ந்து 'மகிழ்ச்சி'யைக் குறிக்கின்றன. தனித்தனியாக அவை அதிர்ஷடத்தையும் செழிப்பையும் நீண்ட ஆயுளையும் குறிக்கின்றன.

அதேபோல, இந்நூலின் முன்னட்டையில் இடம்பெற்றுள்ள, 'வயிறு குலுங்கச் சிரிக்கின்ற புத்தர்' சிலை, அன்பும் பரிவும் கொண்ட புத்தரைக் குறிக்கிறது. இந்த புத்தரை ஜப்பானியர்கள் 'ஹோடெய்' என்றும், சீனர்கள் 'பு-டாய்' என்றும் அழைக்கின்றனர். ஆயிரம் ஆண்டுகளுக்கு முன்பு ஊர் ஊராகச் சுற்றித் திரிந்து யாசித்து வந்த ஒரு ஜென் துறவியை அடிப்படையாகக் கொண்டு உருவாக்கப்பட்டதுதான் சிரிக்கும் புத்தர் சிலை என்று சிலர் கூறுகின்றனர். அத்துறவி, போதிசத்துவரான

மைத்ரேயரின் ('எதிர்கால புத்தர்') மறு அவதாரம் என்று அவர்கள் நம்புகின்றனர். சிரிக்கும் புத்தருடைய பானை வயிறு மகிழ்ச்சியையும் அதிர்ஷடத்தையும் அபரிமிதத்தையும் உணர்த்துகிறது.

உள்ளடக்கம்

1

மகிழ்ச்சியான
வாழ்க்கைக்கான
வழி

"எல்லா
இடங்களிலும்
கச்சிதம்
இருக்கிறது.
நாம் அதை
அங்கீகரிக்க
வேண்டும்,
அவ்வளவுதான்."

- ஒகாகுரா ககுஜோ

1 | மகிழ்ச்சியான வாழ்க்கைக்கான வழி

நிரந்தர மகிழ்ச்சியை அடைவதற்கு ஒரே ஒரு வழிதான் இருக்கிறது. 'மகிழ்ச்சியாக இருப்பது'தான் அது.

மேற்கூறப்பட்ட வாக்கியத்தைப் படித்தப் பிறகு, பின்வரும் எண்ணங்கள் உங்கள் மனத்தில் தோன்றக்கூடும்: "இது அபத்தமானது. இப்புத்தகத்தைக் காசு கொடுத்து வாங்கியதற்காக இப்போது நான் வருந்துகிறேன். போகப் போகவாவது இது நன்றாக இருக்கும் என்று நான் நம்புகிறேன்." "இது மிக எளிய கருத்து." "இந்த நூலாசிரியருக்கு மனநிலை சரியில்லை என்று நினைக்கிறேன். அதனால்தான் எதையோ உளறியிருக்கிறார்." "நான் எப்படி மகிழ்ச்சியாக இருப்பது என்பதைப் பற்றி அவர் எதுவும் கூறவில்லையே!" "நடைமுறை வேறு விதமாக அல்லவா இருக்கிறது!" ""என்னுடைய அன்றாட வாழ்வில் முளைக்கின்ற தவிர்க்க முடியாத முட்டுக்கட்டைகளாலும் பிரச்சனைகளாலும் நான் மகிழ்ச்சியற்று இருக்கும் நேரங்களை இது கணக்கில் எடுத்துக் கொள்ளவில்லை." "மகிழ்ச்சியாக இருப்பது சாத்தியமில்லை." "இந்த நூலாசிரியருக்கு வயதாகிக் கொண்டிருக்கிறது என்று நான் நினைக்கிறேன்."

மேற்கூறப்பட்ட அனைத்தும் உண்மையாக இருக்கக்கூடும். ஆனால், நீங்கள் தற்போது மகிழ்ச்சியாக

இருக்கும் நேரத்தைவிட அதிக நேரம் மகிழ்ச்சியாக இருப்பது என்பது அதிகச் சிக்கலான மற்றும் கடினமான செயல்தான். ஆனாலும், அது உங்களால் முடியும் என்று நான் உறுதியாகக் கூறுகிறேன். இச்சிறிய புத்தகத்தை நீங்கள் படித்து முடித்திருக்கும்போது, இதில் கூறப்பட்டுள்ளவற்றை முயற்சித்துப் பார்க்க நீங்கள் தயாராக இருந்தால், நிச்சயமாக நீங்கள் அதைச் சாதிப்பீர்கள்.

உங்களுடைய தற்போதைய நிலைக்கு உங்களை அழைத்து வந்துள்ள பாதை ஒருசில நாட்களிலோ அல்லது ஒருசில மாதங்களிலோ அமைக்கப்பட்ட ஒன்றல்ல. மாறாக, அந்தக் கடினமான பாதை பல ஆண்டுகளாக உருவாக்கப்பட்டு வந்துள்ளது. உண்மையில், நீங்கள் தற்போது எப்படிப்பட்டவராக இருக்கிறீர்களோ அப்படிப்பட்டவராக ஆவதற்கு, நீங்கள் இன்றுவரை எத்தனை ஆண்டுகள் உயிருடன் இருந்து வந்திருக்கிறீர்களோ அத்தனை ஆண்டுகள் ஆகியுள்ளன. நீங்கள் இதுவரை அடைந்துள்ளவற்றை அடைவதற்கும், நீங்கள் கைவசப்படுத்தியுள்ளவற்றைக் கைவசப்படுத்துவதற்கும், உங்களுடைய தற்போதைய நிலைமையை எட்டுவதற்கும்கூட அத்தனை ஆண்டுகாலம் ஆகியுள்ளது. உங்கள் வாழ்நாள் நெடுகிலும் நீங்கள் மேற்கொண்டு வந்துள்ள பல தொடர்ச்சியான தீர்மானங்கள் உங்களை இன்று இந்த நிலையில் கொண்டுவந்து சேர்த்துள்ளன.

நீங்கள் இப்போது எப்படிப்பட்டவராக இருக்கிறீர்களோ அது குறித்து நீங்கள் மகிழ்ச்சியாக இருக்கிறீர்கள் என்றால், நீங்கள் விரும்பியவற்றைத்தான் நீங்கள் கைவசப்படுத்தியிருக்கிறீர்கள் என்றால், உங்கள் வாழ்வின் தற்போதைய சூழ்நிலைகள் உங்களுக்குத் திருப்தியளிப்பவையாக இருந்தால், அதற்காக என் மனங்கனிந்த பாராட்டுக்களை நான் தெரிவித்துக் கொள்ளுகிறேன்! உங்கள் வாழ்க்கை உங்கள் விருப்பம்போல அமைந்துள்ளது என்றால், நீங்கள் இதுவரை செய்து வந்துள்ளவற்றை அதிகமாகச் செய்யுங்கள். அப்போது,

நீங்கள் இதுவரை பெற்று வந்துள்ளவற்றை இன்னும் அதிகமாகப் பெறுவீர்கள். மாறாக, நீங்கள் இப்போது இருக்கின்ற விதமும், நீங்கள் கைவசப்படுத்தியுள்ளவையும், உங்களுடைய தற்போதைய சூழ்நிலைகளும் உங்கள் விருப்பத்திற்கு நேர்மாறானவையாக இருந்தால், நீங்கள் சில அடிப்படை மாற்றங்களைச் செய்ய வேண்டும். அகரீதியான சில மாற்றங்களை நீங்கள் மேற்கொள்ள வேண்டும். இம்மாற்றங்களை நீங்கள் செய்யத் தவறினால், உங்கள் விருப்பங்களை அடைவதை நோக்கி நீங்கள் எடுத்து வைக்கின்ற ஒவ்வோர் அடியும் வீண் முயற்சியாகவே அமையும். அதே சமயம். காலம் மட்டும் தொடர்ந்து உருண்டோடிக் கொண்டே இருப்பதை நீங்கள் காணுவீர்கள்.

நீங்கள் நம்புகின்ற விஷயங்களுக்கும், உங்கள் அனுபவம் உங்களுக்குக் கற்றுக் கொடுத்துள்ள விஷயங்களுக்கும், மற்றவர்கள் உங்களிடம் கூறியுள்ள விஷயங்களுக்கும், நீங்கள் கடைபிடித்து வந்துள்ள ஆன்மிகப் பாரம்பரியங்களுக்கும், உங்கள் சொந்தப் பொது அறிவுக்கும் நேர்மாறான பல செய்திகளை இப்புத்தகத்தில் நீங்கள் எதிர்கொள்ளக்கூடும். இது இயல்பானதுதான். இல்லாவிட்டால், மகிழ்ச்சியாக இருப்பது எப்படி என்பதை நீங்கள் ஏற்கனவே தெரிந்து கொண்டிருப்பீர்கள் அல்லவா?

இனிவரும் பக்கங்களில் நீங்கள் படிக்கக்கூடிய சில விஷயங்கள் சாத்தியமற்றவையாகவோ, முட்டாள்தனமானவையாகவோ, அல்லது நகைப்புக்கு உரியவையாகவோ உங்களுக்குத் தோன்றக்கூடும் என்பதால், அவற்றை நீங்கள் இகழக்கூடும், எள்ளி நகையாடக்கூடும், அல்லது நிராகரிக்கக்கூடும். அப்படிப்பட்ட ஒரு விஷயத்தை நீங்கள் எதிர்கொள்ளும் ஒவ்வொரு முறையும், எடுத்த எடுப்பிலேயே அதை நிராகரிப்பதற்கு பதிலாக, அந்த விஷயம் உண்மையாக இருக்க வேண்டும் என்று நீங்கள் விரும்புகிறீர்களா இல்லையா என்று உங்களை நீங்களே கேட்டுக் கொண்டு, பிறகு உங்கள் வாழ்க்கையில்

அது மெய்யாக அதற்கு ஒரு வாய்ப்புக் கொடுங்கள். இது உங்களுக்கு என்னுடைய தாழ்மையான பரிந்துரையாகும்.

எளிய கேள்விகள்

"பேருண்மை எப்போதும் உங்கள் கைக்கெட்டும் தூரத்தில்தான் இருக்கிறது."

— டி.டி.சுஸ⌐கி

உங்கள் அனுமதியுடன், உங்களுடைய வழக்கமான சிந்தனைகள் மற்றும் அனுபவங்களின் எல்லைக்கு அப்பால் நான் உங்களை அழைத்துச் செல்ல விரும்புகிறேன். இப்புதிய வாழ்க்கைமுறை இரண்டு எளிய கேள்விகளுடன் தொடங்குகிறது. இக்கேள்விகளுக்கு நேர்மையாக பதிலளியுங்கள்.

முதல் கேள்வி: "ஒருவருடைய வாழ்வில் நிகழுகின்ற ஒவ்வொரு சம்பவமும், அது எவ்வளவு சிறப்பாக நிகழ முடியுமோ உண்மையில் அவ்வளவு சிறப்பாகவே நிகழுகிறது. என் வாழ்க்கையைப் பொருத்தவரை இவ்விஷயம் உண்மையாக இருக்க வேண்டும் என்று நான் விரும்புகிறேனா?"

இரண்டாவது கேள்வி: "மேற்குறிப்பிடப்பட்ட வாக்கியம் மெய்யாவதற்கு நான் அதற்கு ஒரு வாய்ப்புக் கொடுப்பேனா?"

இக்கணம் கடவுள் உங்கள் முன்னால் தோன்றி, "இனிமேல் உன் வாழ்வில் உனக்கு நிகழக்கூடிய அனைத்தும் உனக்கு மாபெரும் நன்மை பயக்கும் என்றும், உனக்குப் பெரும் அதிர்ஷ்டத்தைக் கொண்டுவரும் என்றும் நான் வாக்குக் கொடுக்கிறேன். சில சமயங்களில் நிகழக்கூடிய விஷயங்கள் அக்கணத்தில் துரதிர்ஷ்டமானவை போலவோ அல்லது வேதனையூட்டுபவை போலவோ தோன்றினாலும், இறுதியில் அவை உன் வாழ்வில் பெரும் ஆசீர்வாதங்களையும் நன்மைகளையுமே கொண்டுவரும்,"

என்று உங்களிடம் கூறுவதாகக் கற்பனை செய்து கொள்ளுங்கள்.

இந்த அற்புதமான செய்தியைக் கேட்டவுடன் நீங்கள் எத்தகைய உணர்வை அனுபவிப்பீர்கள்? நீங்கள் மகிழ்ச்சியடைவீர்களா? பேரானந்தமாக உணருவீர்களா? இதைவிடச் சிறந்த செய்தி வேறு ஏதேனும் இருக்க முடியுமா? ஒரு பெரிய சுமை உங்கள் தோள்களிலிருந்து இறக்கி வைக்கப்பட்ட உணர்வு உங்களுக்குள் எழுமா? நீங்கள் நிம்மதிப் பெருமூச்சு விடுவீர்களா? அடுத்து உங்கள் வாழ்வில் நிகழுகின்ற ஒரு சம்பவம் அக்கணத்தில் மோசமானதாகவோ அல்லது துரதிர்ஷ்டமானதாகவோ உங்களுக்குத் தோன்றினாலும், இறுதியில் அது உங்களுக்குப் பெரும் நன்மை பயக்கும் என்ற நம்பிக்கையுடன் அதற்கு நீங்கள் செயல்விடை அளிப்பீர்கள், இல்லையா?

மேற்கூறப்பட்டக் கேள்விகளுக்கு நீங்கள் உற்சாகமாக 'ஆமாம்' என்று பதிலளிக்கவில்லை என்றால், நான் கூறிக் கொண்டிருக்கும் விஷயத்தை நீங்கள் தவறாகப் புரிந்து கொண்டிருக்கிறீர்கள் என்று அர்த்தம். நான் இங்கு கூறிக் கொண்டிருப்பது, "இச்சூழ்நிலை மோசமானதுதான். ஆனால் இதிலிருந்து ஏதேனும் நல்லது கிடைக்குமா என்று பார்," என்ற வழக்கமான அறிவுரை அல்ல. மிக மோசமான ஒரு நிகழ்வில்கூட ஏதேனும் ஒரு நன்மை ஒளிந்திருக்கும் என்றும் நான் கூற வரவில்லை.

இப்படிப்பட்ட மட்டுப்படுத்தும் யோசனைகளைப் பற்றி நான் சிந்தித்துக் கொண்டிருக்கவில்லை. நான் எல்லை கடந்து சிந்திக்கிறேன். உங்களுக்கு நிகழுகின்ற ஒவ்வொரு நிகழ்வும் மிகவும் அற்புதமானது என்றும், இதைவிட ஓர் அற்புதமான விஷயம் உங்களுக்கு நிகழ வாய்ப்பில்லை என்பதுபோல நீங்கள் நடந்து கொள்ள வேண்டும் என்றும் நான் உங்களிடம் கேட்டுக் கொள்ளுகிறேன்.

எனவே, இரண்டு பத்திகளுக்கு முன்பு நான் கேட்டக் கேள்வியை மீண்டும் உங்களிடம் கேட்கிறேன். கடவுள் உங்களுக்குக் கொடுத்த அச்செய்தியைவிட மிகச் சிறந்த

ஒரு செய்தி வேறு ஏதேனும் இருக்க முடியுமா? ஒரு பெரிய சுமை உங்கள் தோள்களிலிருந்து இறக்கி வைக்கப்பட்ட உணர்வு உங்களுக்குள் எழுமா? நீங்கள் நிம்மதிப் பெருமூச்சு விடுவீர்களா? அடுத்து உங்கள் வாழ்வில் நிகழுகின்ற ஒரு சம்பவம் அக்கணத்தில் மோசமானதாகவோ அல்லது துரதிர்ஷ்டமானதாகவோ உங்களுக்குத் தோன்றினாலும், இறுதியில் அது உங்களுக்குப் பெரும் நன்மை பயக்கும் என்ற நம்பிக்கையுடன் அதற்கு நீங்கள் செயல்விடை அளிப்பீர்கள், இல்லையா?

இப்புதிய கோட்பாட்டிற்கு நீங்கள் ஒரு வாய்ப்புக் கொடுக்கத் தயாராக இருந்தால், உங்களுக்கு நிகழுகின்ற அனைத்தும் மிகச் சிறந்த விஷயங்கள்தான் என்று நீங்கள் நம்பத் தயாராக இருந்தால், அந்த நம்பிக்கைக்கு இசைவாக நீங்கள் நடந்து கொள்ளத் தொடங்குவீர்கள். அதன் விளைவாக, இயற்கை விதிப்படி, அந்த நம்பிக்கை உங்கள் வாழ்வில் மெய்ப்படும். துவக்கத்தில் இந்த அணுகுமுறை உங்களுக்குக் கடினமானதாக இருக்கக்கூடும். நீங்கள் விழிப்புடன் இருக்க வேண்டியது அவசியமாக இருக்கும். ஆனால் அதற்கு வெகுமதியாக உங்கள் வாழ்நாள் முழுவதும் உங்களுக்குக் கிடைக்கக்கூடிய மகிழ்ச்சியைக் கருத்தில் கொள்ளும்போது, நீங்கள் அதற்குக் கொடுக்கின்ற விலை அற்பமானதுதான்.

ஜென் தத்துவம்

"ஜென் என்பது இங்கு இக்கணத்தின்மீது மனத்தை ஒருநிலைப்படுத்துவதாகும்."

– ஆலன் வாட்ஸ்

ஜென் தத்துவம் மிகவும் விரிவானது. இச்சிறிய புத்தகத்தில் அதை அடக்கிவிட முடியாது. ஆனால், மகிழ்ச்சி எனும் நம்முடைய இலக்கை அடைவதற்கு ஜென் தத்துவத்தின் மையக் கருவையும், அதன் வழிமுறையையும்,

அதன் அணுகுமுறையையும் எப்படி ஆற்றல்மிக்க ஒரு வழியில் பயன்படுத்துவது என்பதை நான் இதில் விளக்கவிருக்கிறேன்.

ஜென் என்பது ஒரு ஜப்பானிய வார்த்தை. தியானம் என்ற வார்த்தையின் தழுவல் அது. ஜென் என்பது ஓர் ஆய்வுப் பயணம், அது ஒரு வாழ்க்கைமுறை. அது எந்தவொரு குறிப்பிட்ட மதத்திற்கோ அல்லது பாரம்பரியத்திற்கோ சொந்தமானது அல்ல. வாழ்க்கையை இங்கேயே, இக்கணத்திலேயே அனுபவிப்பதைப் பற்றியது அது. "நான்," "நீ" ஆகியவற்றுக்கு இடையேயான வேறுபாடுகளைக் களைவதைப் பற்றியது அது. நம்முடைய ஆன்மிக நடவடிக்கைகளுக்கும் நம்முடைய சாதாரணமான அன்றாட நடவடிக்கைகளுக்கும் இடையேயான வேறுபாடுகளை நீக்குவதைப் பற்றியது அது. ஒருவருடைய உண்மையான இயல்பைப் பார்ப்பதையும் நேரடியாக அனுபவிப்பதையும் வெளிப்படுத்துவதையும் பற்றியது அது.

ஜென் அணுகுமுறை நம்முடைய அன்றாட வாழ்க்கையில் ஓர் இயல்பான விழிப்புணர்வையும் ஒருமித்த கவனத்தையும் ஊக்குவிக்கிறது. இருபதாம் நூற்றண்டின் மத்தியில் அமெரிக்காவில் ஜென் தத்துவத்தைப் பிரபலப்படுத்திய முன்னணி ஜென் பிரதிநிதியும் ஜப்பானிய அறிஞருமான டி.டி.சுஸுகி இவ்வாறு கூறியுள்ளார்: "நாம் விழிப்புணர்வைப் பெறுவதற்கு ஜென் நமக்கு உதவுகிறது. அது நமக்குச் சுட்டிக்காட்டுகிறதே அன்றி நமக்குக் கற்றுக் கொடுப்பதில்லை."

அவர் கூறியதன் மையக் கருத்து இதுதான்:

"நாம் எந்தவொரு விஷயத்தைச் செய்யும்போதும், ஞானோதயத்தையும் அதன் வாயிலாக மகிழ்ச்சியையும் நாம் அனுபவிக்கக்கூடிய ஒரு விதத்தில் அவ்விஷயத்தை ஒருமித்த கவனத்துடனும் ஓர் அமைதியான மற்றும் எளிய மனத்துடனும் செய்வதுதான் ஜென் அணுகுமுறையாகும்."

ஜென் தத்துவத்தைக் கடைபிடிப்பதன் மூலமாக மகிழ்ச்சியை அடைவதைப் பற்றியதே இந்நூல். இதை வேறு விதமாகக் கூறினால், அகரீதியாக மகிழ்ச்சியைப் பெறுவது எப்படி என்பதை இந்நூல் விளக்குகிறது.

இதில் கூறப்பட்டுள்ளவற்றை நீங்கள் சரியாகக் கடைபிடிக்கும் பட்சத்தில், இறுதியில் மகிழ்ச்சி உங்கள் வசமாகும் என்பது உறுதி.

ஞானோதயத்தை அனுபவிப்பதற்காக யோகிகள் பல ஆண்டுகளை தியானத்தில் செலவிடுகின்றனர். ஜென் மாணவர்கள் 'கோவான்' என்று அழைக்கப்படுகின்ற ஜென் புதிர்கள்மீது ஆண்டுக்கணக்கில் ஒருமித்த கவனம் செலுத்துகின்றனர். ஞானோதயம் பெற்றுள்ளவர்கள் தங்களுடைய அந்த அனுபவத்தைப் பற்றிக் கூறுகையில், அது ஒரு மின்னல் வேகத்தில் தோன்றி ஒரே ஒரு கணம் மட்டுமே நீடித்ததாகவும், ஆனால் அது தங்களை முற்றிலுமாக மாற்றிவிட்டதாகவும், அது அந்த அளவுக்கு சக்தி வாய்ந்ததாக இருந்ததாகவும் கூறுகின்றனர்.

அவர்கள் அப்படியென்ன சக்தி வாய்ந்த ஒன்றை அனுபவித்தனர்? பிரபஞ்சத்துடனான ஐக்கியம்தான் அது. அதுதான் ஞானோதயம். பிரபஞ்சத்தில் உள்ள எல்லாமே ஒரே ஆற்றலில் இருந்து உருவாக்கப்பட்டது என்பதையும், அவை எல்லாமே அந்த ஆற்றலின் ஒரு பகுதி என்பதையும் அறிந்திருப்பதும், நாம் அவற்றோடு எத்தகைய தொடர்பைக் கொண்டுள்ளோம் என்பதை அறிந்திருப்பதும்தான் ஞானோதயமாகும். அந்த விழிப்புணர்வை நாம் பெற்றவுடன் மற்ற எல்லாம் நமக்குப் புரிபடத் தொடங்குகிறது, எல்லாவற்றையும் நம்மால் புரிந்து கொள்ள முடிகிறது. "ஞானோதயம் அடைவது என்பது அனைத்து விஷயங்களுடனும் நெருக்கமாக இருப்பது என்பதாகும்," என்று ஜென் துறவியான டோஜென் கூறியுள்ளார்.

நம்முடைய உலகத்தையும் இப்பிரபஞ்சத்தையும் கட்டுப்படுத்தி இயக்குகின்ற மிக முக்கியமான விதிகளில் சிலவற்றைப் புரிந்து கொள்ளுவதன் மூலமாக உங்கள் வாழ்க்கைக்குள் ஞானோதயத்தைக் கொண்டு வருவதற்கும், அந்த விதிகள் எப்படி உங்கள்மீது தாக்கம் ஏற்படுத்துகின்றன என்பதை நீங்கள் கற்றுக் கொள்ளுவதற்கும், பிறகு நீங்கள் அத்தகவலைப் பயன்படுத்தி மகிழ்ச்சியைக் கைவசப்படுத்துவதற்கும் உங்களுக்கு உதவுவதுதான் இப்புத்தகத்தின் நோக்கம். நீங்கள் இந்நூலின் வாயிலாகக் கற்றுக் கொள்ளுகின்றவற்றை உங்கள் வாழ்வில் ஒவ்வொரு சூழ்நிலையிலும் ஒவ்வொரு நிகழ்விலும் நீங்கள் செயல்படுத்த வேண்டும். ஒருமித்த கவனக்குவிப்பு இங்கு ஒரு முக்கியப் பங்காற்றுகிறது.

பிரபஞ்ச விதிகளையும் பிரபஞ்சத்துடனான நம்முடைய உறவையும் புரிந்து கொள்ளுவதன் மூலமாக அடையப்படுகின்ற மகிழ்ச்சிதான் உண்மையான மகிழ்ச்சியாகும். அந்த வகையான மகிழ்ச்சிதான் நீடித்து நிலைக்கிறது. காலம் மாறும்போதுகூட அந்த வகையான மகிழ்ச்சி எள்ளளவும் குறைவதில்லை. நாம் எதிர்கொள்ளுகின்ற பிரச்சனைகள், இழப்புகள், சிரமங்கள் ஆகிய எல்லாவற்றையும் நாம் சமாளிப்பதற்கு அது நமக்கு உதவுகிறது, நம்முடைய சிறந்த நாட்களுக்கு அது மேலும் ஒளியூட்டுகிறது.

2

நம்முடைய
அடுத்த
ஒவ்வொரு
கணத்தையும்
நாம்தான்
தீர்மானிக்கிறோம்

"நம்முடைய எண்ணங்களின் விளைவுதான் நாம். அந்த எண்ணங்கள்தான் நம்முடைய அடித்தளமாக இருக்கின்றன, நாம் அந்த எண்ணங்களால் உருவாக்கப்பட்டு உள்ளோம்."

- தம்மபதம்

2 | நம்முடைய அடுத்த ஒவ்வொரு கணத்தையும் நாம்தான் தீர்மானிக்கிறோம்

உங்களுடைய கடந்தகால வாழ்வில் நிகழ்ந்துள்ள சம்பவங்கள், "ஒருவருடைய வாழ்வில் நிகழுகின்ற ஒவ்வொரு சம்பவமும், அது எவ்வளவு சிறப்பாக நிகழ முடியுமோ அவ்வளவு சிறப்பாகவே நிகழுகிறது," என்ற கருத்து உண்மையல்ல என்றும், அது உண்மையாக இருக்க முடியாது என்றும் உங்கள் மனத்தில் ஓர் ஆணித்தரமான நம்பிக்கையை உருவாக்கியிருக்கக்கூடும். மேலும், மேற்கூறப்பட்டக் கருத்தின் அடிப்படையில் அமைந்துள்ள இந்நூலிலிருந்து உங்களுக்கு எந்த நன்மையும் கிடைக்க வாய்ப்பில்லை என்றும் நீங்கள் கருதக்கூடும். அதைச் சோதித்துப் பார்ப்பதுகூட ஒரு வீண் முயற்சியாக உங்களுக்குத் தோன்றக்கூடும்.

ஆனால் இது ஒரு புதிய நாள். இக்கணத்திலிருந்து உங்கள் வாழ்வில் ஆசீர்வாதங்களைக் கொண்டுவரக்கூடிய ஒரு புதிய நம்பிக்கையை சுவீகரிப்பதற்கான உங்கள் நேரம் இது என்பதை இப்புத்தகத்தைப் படிப்பதிலிருந்து நீங்கள் அறிந்து கொள்ளக்கூடும்.

நம்முடைய அடுத்த ஒவ்வொரு கணத்தையும் நாம்தான் தீர்மானிக்கிறோம்.

நாம் சக்திவாய்ந்தவர்கள். நம்முடைய எண்ணங்களாலும் செயல்களாலும் நம்முடைய எதிர்காலத்தை நாம் உருவாக்குகிறோம். நாம் நம்முடைய வாழ்க்கையைக் கட்டுப்படுத்துகிறோம். நம்முடைய தனிப்பட்டத் தத்துவத்தின் மூலம் நம்முடைய வாழ்வின் நிகழ்வுகளை நாம் கட்டுப்படுத்துகிறோம். ஏனெனில், அந்நிகழ்வுகளுக்கு நாம் எப்படிச் செயல்விடை அளிக்கிறோம் என்பதை நம்முடைய தனிப்பட்டத் தத்துவம்தான் தீர்மானிக்கிறது.

நாம் ஒவ்வொருவரும் ஒரு தனிப்பட்டத் தத்துவத்தைக் கொண்டுள்ளோம், ஆனால் அது என்ன என்பதை நம்மில் வெகுசிலரே வரையறுத்திருக்கிறோம். உங்களுடைய தத்துவம் என்ன என்பதை வரையறுக்க நீங்கள் நேரம் ஒதுக்கத் தவறியிருந்தாலும், அது உங்கள் வாழ்வில் எல்லா நேரமும் முழுமையாக இயங்கிக் கொண்டும் செயல்பட்டுக் கொண்டும் இருக்கிறது. நீங்கள் வாழுகின்ற இவ்வுலகத்தைப் பற்றியும், அதன் மக்களையும் நிகழ்வுகளையும் பற்றியும், அந்த நிகழ்வுகளும் சூழல்களும் எவ்வாறு உங்களை பாதிக்கின்றன என்பதைப் பற்றியும், நீங்கள் அவற்றின்மீது எத்தகைய தாக்கத்தை ஏற்படுத்துகிறீர்கள் என்பதைப் பற்றியும் நீங்கள் கொண்டுள்ள நம்பிக்கையை உங்களுடைய அந்தத் தனிப்பட்டத் தத்துவம்தான் தீர்மானிக்கிறது.

பொதுவாக உங்கள் வாழ்க்கைத் தத்துவம் என்ன என்று யாரேனும் உங்களிடம் கேட்டால், "வாழ்க்கை அற்புதமாகப் போய்க் கொண்டிருக்கிறது. என் வாழ்வில் எனக்கு நல்ல விஷயங்கள் நிகழுகின்றன. நான் ஓர் அதிர்ஷ்டசாலி. இவ்வுலகம் அற்புதமான மக்களைக் கொண்ட ஓர் அற்புதமான இடம் என்று நான் நம்புகிறேன்," என்று நீங்கள் கூறக்கூடும். அல்லது, அதற்கு நேர்மாறாக, "நான் ஒரு துரதிர்ஷ்டசாலி. எனக்கு மோசமான விஷயங்கள் நிகழுகின்றன. இவ்வுலகம் அவ்வளவு நல்ல இடம் அல்ல. மக்கள் என்னைத் தங்களுக்குச் சாதகமாகப் பயன்படுத்திக் கொள்ளுகின்றனர். தாங்கள் என்னிடமிருந்து எதைப் பெற முடியும் என்பதிலேயே அவர்கள் குறியாக இருக்கின்றனர்,"

என்று நீங்கள் கூறக்கூடும். "ஏதேனும் தவறாகப் போகக்கூடும் என்றால், அது நிச்சயமாகத் தவறாகப் போகும்," என்ற மர்ஃபியின் விதியை நீங்கள் நம்பக்கூடும்.

மோசமான விபத்துக்கள் நிகழுகின்றன என்றும், அநியாயம் என்பது சாத்தியமானது மட்டுமல்ல, மாறாக, அது நிகழுவதற்கான வாய்ப்புகள் ஏராளமாக உள்ளன என்றும் பலர் கூறுகின்றனர். நம் வாழ்வில் உண்மையான மகிழ்ச்சி நமக்குக் கிட்டுவது கடினம் என்றும், அப்படியே அது நமக்குக் கிடைத்தாலும் அது மிகக் குறுகிய காலம் மட்டுமே நீடிக்கிறது என்றும் அவர்கள் கூறுகின்றனர். நாம் இவ்வுலகில் பிறந்து, வாழ்ந்து, மடிந்து போகிறோம் என்றும், இம்மூன்று நிலைகளுக்கும் இடையே நாம் பெரும்பாலும் போராட்டங்களையே அனுபவிக்கிறோம் என்றும், நாம் விரும்புகின்ற விஷயங்களுக்கும் நமக்குக் கிடைக்கும் விஷயங்களுக்கும் இடையே ஒரு பெரும் வேறுபாடு இருக்கிறது என்றும் அவர்கள் கூறுகின்றனர்.

மக்கள் பொதுவாக இப்படித்தான் நம்பி வந்துள்ளதால், அவர்கள் அந்த நம்பிக்கையின் அடிப்படையிலேயே செயல்பட்டு வந்துள்ளனர். இயற்கை விதியின் விளைவுப்படி, அவர்கள் அந்த நம்பிக்கையை மெய்யாக்கியுள்ளனர். பிறகு, "இப்படி நடக்கும் என்று நான் முன்பே கூறினேன், இல்லையா?" என்று அவர்கள் கூறுகின்றனர். அதோடு, அவர்கள் மற்றவர்களிடமும் இதே நம்பிக்கையை விதைத்துவிடுகின்றனர். எனவே, எல்லோருடைய விஷயத்திலும் அந்த நம்பிக்கை மெய்யாகிவிடுகிறது.

உங்களுக்கு நிகழுகின்ற ஒரு விஷயம் மோசமானது என்று நீங்கள் நம்பினால், போலும் இனிமையற்ற விஷயங்கள் அதிக அளவில் உங்களுக்கு நேரக்கூடிய விதத்தில் உங்களுடைய அந்த முதல் நிகழ்வுக்கு நீங்கள் செயல்விடை அளிப்பீர்கள். நீங்கள் அனுபவிக்கின்ற இனிமையற்ற விஷயங்கள், உங்களுக்கு நிகழ்ந்த அந்த முதல் நிகழ்வு உண்மையிலேயே துரதிர்ஷ்டவசமானது என்று உறுதிப்படுத்தும். ஆனால், அந்த முதல் நிகழ்வுக்கு நீங்கள்

ஆற்றிய எதிர்வினைதான் தொடர்ந்து இனிமையற்ற விஷயங்கள் உங்களுக்கு நிகழுக் காரணமாக அமைந்தது. ஒரு விஷயம் நிகழும்போது அது மோசமானது என்பதுபோலத் தோன்றச் செய்யக்கூடிய சக்தியை நாம்தான் அதற்குக் கொடுக்கிறோம். இதன் மூலம், அவ்விஷயம் நிகழ்ந்த பிறகும் தொடர்ந்து மோசமான நிகழ்வுகளே நமக்கு நிகழ நாம்தான் காரணமாகிறோம். "எடுத்த எடுப்பிலேயே எந்தவொரு விஷயத்தையும் நல்லது என்றோ அல்லது கெட்டது என்றோ முத்திரை குத்திவிட முடியாது. அவ்விஷயம் குறித்த உங்களுடைய எண்ணம்தான் அதை நல்லதாகவோ அல்லது மோசமானதாகவோ ஆக்குகிறது," என்று நாடக ஆசிரியரான வில்லியம் ஷேக்ஸ்பியர் கூறியுள்ளார்.

உங்கள் வாழ்வில் ஏற்படும் நிகழ்வுகளுக்கு நீங்கள் செயல்விடை அளிக்கும் விதத்தை உங்கள் தனிப்பட்டத் தத்துவம்தான் தீர்மானிக்கிறது. உங்கள் மகிழ்ச்சிக்கும் நலனுக்கும் அதுதான் முழுக் காரணமாகும். இதை நம்புவது உங்களுக்குச் சற்றுக் கடினமாக இருக்கலாம், ஆனால் உங்களுக்கு நிகழுகின்ற அனைத்து விஷயங்களையும் உங்களுடைய தனிப்பட்டத் தத்துவம்தான் தீர்மானிக்கிறது. உங்களுடைய கடந்தகாலச் சூழல்கள் அனைத்திற்கும் உங்கள் வாழ்வில் நிகழ்ந்துள்ள பெரும்பாலான நிகழ்வுகளுக்கும் அதுதான் காரணமாக இருந்து வந்துள்ளது. எந்த விஷயங்கள் உங்கள் கட்டுப்பாட்டிற்கு அப்பாற்பட்டவையாக இருந்ததாக நீங்கள் நினைத்தீர்களோ, அவ்விஷயங்களை நிகழ்த்தியதும் உங்களுடைய தனிப்பட்டத் தத்துவம்தான். இனியும் அதுதான் உங்கள் வாழ்வின் ஒவ்வொரு நிகழ்வையும் ஒவ்வொரு சூழலையும் தீர்மானிக்கும்.

உங்கள் நம்பிக்கையின்படியே எல்லாம் நடக்கும்

"உண்மையான மனிதன் தன் கண்கள் பார்க்கின்றவற்றைப் பார்க்கிறான். இல்லாத ஒன்றை அவன் பார்ப்பதில்லை. தன்னுடைய

காதுகள் செவிமடுக்கும் விஷயங்களை அவன்
கேட்கிறான். கற்பனையான குரல்கள் எதையும்
அவன் கேட்பதில்லை. மறைவான அர்த்தங்களை
அவன் தேடுவதில்லை."

-சுவாங் ட்ஸூ

நீங்கள் உங்களுடைய நம்பிக்கையின் அடிப்படையில்
நடந்து கொள்ளுவதுதான் உங்கள் வாழ்வின் சூழல்களை
உருவாக்குகிறது, நீங்கள் அனுபவித்து வந்துள்ள
மகிழ்ச்சிக்கும் அதுவே காரணமாக இருக்கிறது. "எல்லாமே
நம்முடைய மனத்திற்குள்தான் நடைபெறுகிறது," என்று
இயற்பியலாளரும் நூலாசிரியருமான ஃப்ரெட் ஆலன்
உல்ஃப் கூறுகிறார். மேக்ஸின் கதையை எடுத்துக்
கொள்ளுங்கள். அவர் சொந்தமாக ஒரு சான்ட்விச்
கடையை வெற்றிகரமாக நடத்திக் கொண்டிருந்தார்.
அவருடைய அச்சிறிய கடையில் உணவருந்துவதற்காக
மக்கள் நீண்ட வரிசைகளில் காத்திருந்தனர். அவர்
தன் வாடிக்கையாளர்களுக்கு சான்ட்விச்சுகளைப்
பரிமாறியதோடு கூடவே, ஊறுகாயையும் உருளைக்கிழங்கு
சிப்ஸையும், சில சமயங்களில் ஏதேனும் ஒரு
மென்பானத்தையும் இலவசமாக வழங்கினார்.
அவருடைய சான்ட்விச்சுகளும் அளவில் பெரிதாகவும்
பசியாற்றக்கூடியவையாகவும் இருந்தன.
ஒருநாள், தூரத்து நகரம் ஒன்றில் வாழ்ந்து கொண்டிருந்த
அவருடைய மகன் அவரைப் பார்க்க வந்தான். மேக்ஸும்
அவனும் சிறிது நேரம் மகிழ்ச்சியாக நேரத்தைச்
செலவிட்டனர். பிறகு அவன் தன் தந்தையிடமிருந்து
விடைபெற்றுக் கொண்டபோது, "அப்பா, நீங்கள்
உங்கள் சான்ட்விச் கடையை நடத்திக் கொண்டிருக்கும்
விதத்தை நான் சிறிது நேரம் கவனித்து வந்தேன். உங்கள்
நலனுக்காக நான் உங்களுக்கு ஒன்றைச் சொல்லிக்
கொள்ள விரும்புகிறேன். சான்ட்விச் வாங்குபவர்களுக்கு
இவ்வளவு இலவசங்களைக் கொடுப்பதன் மூலம் நீங்கள்

ஒரு பெரிய தவறு செய்து கொண்டிருக்கிறீர்கள். நாட்டின் பொருளாதாரம் மிக மோசமான நிலையில் இருக்கிறது. மக்களுக்கு வேலை இல்லை. எனவே, செலவழிப்பதற்கு அவர்களிடம் மிகக் குறைவான பணமே இருக்கிறது. இலவசப் பொருட்களைக் கொடுப்பதை நீங்கள் குறைத்துக் கொள்ள வேண்டும். சான்ட்விச்சின் அளவையும் நீங்கள் சிறிதாக்க வேண்டும். இல்லாவிட்டால், விரைவில் உங்கள் கடை நஷ்டத்தில் ஓடத் தொடங்கும்," என்று கூறினான். இதைக் கேட்டு ஆச்சரியமடைந்த மேக்ஸ், தன் மகனுக்கு நன்றி கூறிவிட்டு, அவனுடைய அறிவுரையைப் பற்றித் தான் நிச்சயமாகச் சிந்திப்பதாகக் கூறினார்.

தன் மகன் அங்கிருந்து புறப்பட்டுச் சென்றவுடன் சிறிது நேரம் சிந்தனையில் ஆழ்ந்த அவர், அவனுடைய அறிவுரையைப் பின்பற்ற முடிவு செய்தார். தன் வாடிக்கையாளர்களுக்கு இலவசங்களைக் கொடுப்பதை அவர் நிறுத்தினார். சான்ட்விச்சுகளுக்குள் நிரப்பப்படுகின்ற பொருட்களின் அளவையும் அவர் கணிசமாகக் குறைத்தார். பல வாடிக்கையாளர்கள் இதனால் ஏமாற்றமடைந்தனர். விரைவில், அவர்கள் அனைவரும் அவருடைய கடைக்கு வருவதை நிறுத்திவிட்டனர். இதையடுத்து, மேக்ஸ் தன் மகனுக்கு ஒரு கடிதம் எழுதினார்: "நீ கூறியது சரிதான். நாட்டின் பொருளாதாரம் மிக மோசமான நிலையில்தான் இருக்கிறது. அதன் விளைவை நான் என்னுடைய கடையில் நேரடியாக அனுபவித்துக் கொண்டிருக்கிறேன்."

நாட்டின் பொருளாதார நிலை மோசமாக இருந்ததாக மேக்ஸின் மகன் கூறியது உண்மைதான். ஏனெனில், அவன் தன்னைச் சுற்றி எல்லா இடங்களிலும் அதன் விளைவைப் பார்த்துக் கொண்டிருந்தான். ஆனால், நிலைமை அவ்வளவு மோசமாக இருந்தபோதுகூட, அவனுடைய தந்தையின் கடை வெற்றிகரமாகத்தான் இயங்கிக் கொண்டிருந்தது. பொருளாதார நிலை மோசமாக இருந்ததையும், பலர் வேலையின்றி இருந்ததையும், பணப் பற்றாக்குறை இருந்ததையும் மேக்ஸ் அறிந்திருக்கவில்லை.

அவர் எல்லோருக்கும் தாராளமாக எல்லாவற்றையும் கொடுத்துக் கொண்டிருந்தார். அதற்கான பலன்களை அவர் அறுவடை செய்து கொண்டிருந்தார். அவருடைய கடை லாபகரமாக இயங்கிக் கொண்டிருந்தது. ஆனால், நாட்டின் பொருளாதார நிலை மோசமாக இருந்ததாக அவருடைய மகன் அவரிடம் கூறிய பிறகு, அவர் அதற்கு ஏற்றவாறு நடந்து கொள்ளத் தொடங்கினார். அதன் விளைவாக, அவர் தன் வாழ்வில் எதிர்மறையான விஷயங்களை அனுபவிக்கத் தொடங்கினார். ஏனெனில், நிலைமை உண்மையிலேயே மோசமாக இருந்ததாக அவர் நம்பத் தொடங்கியிருந்தார்.

நீங்கள் தேடிக் கொண்டிருக்கும் விடைகள் வெளியே எங்கும் இல்லை. அவை உங்களுக்குள்தான் உறங்கிக் கொண்டிருக்கின்றன - உங்களால் தட்டி எழுப்பப்படுவதற்காக!

நம்பிக்கையின் சக்தி எப்படி நம்முடைய நடத்தையின்மீதும் நம் வாழ்வில் நிகழும் சம்பவங்கள்மீதும் தாக்கம் ஏற்படுத்துகிறது என்பதற்கான ஒரு தனிப்பட்ட எடுத்துக்காட்டு இது. நான் இளைஞனாக இருந்தபோது, வரையறுக்கப்பட்ட வேகத்தைவிட அதிக வேகமாகக் காரோட்டிச் சென்றதால் பல முறை நான் அபராதம் செலுத்தினேன். அந்த நடத்தை நான் வளர்ந்த பிறகும் தொடர்ந்தது. 1968ல் நான் கலிபோர்னியாவில் வாழ்ந்து கொண்டிருந்தேன். ஒருநாள், கலிபோர்னியா வாகனத் துறையிடமிருந்து எனக்கு ஓர் அறிவிப்பு வந்தது. நான் இன்னொரு முறை வேக வரம்பை மீறினால் காரோட்டுவதற்கு ஓராண்டுத் தடை எனக்கு விதிக்கப்படும் என்று அதில் குறிப்பிடப்பட்டு இருந்தது. மேலும், தங்களுடைய உளவியலாளர் ஒருவரைச் சந்திக்கும்படி அவர்கள் எனக்குப் பரிந்துரைத்திருந்தனர். அந்தச் சந்திப்பின்போது, நிர்ணயிக்கப்பட்ட வேகத்தைவிட அதிக வேகமாகக் காரோட்டிச் சென்று ஏராளமான முறை நான்

அபராதம் செலுத்தியிருந்ததைப் பற்றி அந்த உளவியலாளர் என்னிடம் பேசினார்.

"இது எல்லோரும் செய்கின்ற ஒரு விஷயம்தானே?" என்று நான் வாதிட்டேன்.

"அது உண்மையல்ல. கலிபோர்னியாவில் ஒரு சராசரி நபர் நான்கு ஆண்டுகளுக்கு ஒரு முறை மட்டுமே இவ்வாறு அத்துமீறுகிறார்," என்று அந்த உளவியலாளர் கூறினார்.

இதைக் கேட்டு நான் ஆச்சரியமடைந்தேன். எல்லோரும் என்னைப்போல இருந்ததாகவும், அவர்கள் எல்லா நேரமும் அதிவேகத்தில் பயணித்து அதற்குரிய அபராதத்தைச் செலுத்திக் கொண்டிருந்ததாகவும் நான் நினைத்தேன். அந்தச் சந்திப்பிற்குப் பிறகு, நான் என்னுடைய போக்கை மாற்றினேன். வரையறுக்கப்பட்ட வேகத்தைத் தாண்டி நான் ஒருபோதும் செல்லப் போவதில்லை என்று நான் தீர்மானித்தேன். முன்பு ஓர் அழிவுபூர்வமான மனப்போக்கையும் ஒரு தவறான நம்பிக்கையையும் நான் கொண்டிருந்தேன். என் நம்பிக்கையின்படி நான் நடந்து கொண்டேன்.

ரயில்களை ஒரு தண்டவாளத்திலிருந்து இன்னொரு தண்டவாளத்திற்குத் திருப்பிவிடப் பயன்படுத்தப்படுகின்ற ஒரு நிலைமாற்றியைப் போன்றவர் நீங்கள். ஒரு சம்பவம் நிகழுகின்ற ஒவ்வொரு முறையும், உங்கள் நடத்தையை நேர்மறையான பாதைக்கோ அல்லது எதிர்மறையான பாதைக்கோ நீங்கள் திருப்பிவிடுகிறீர்கள். உங்களுக்கு நேரும் சம்பவம் உங்கள் மனத்தைக் காயப்படுத்தினாலோ அல்லது உங்களிடமிருந்து எதையேனும் பறித்துக் கொண்டாலோகூட, உங்கள் நடத்தை நேர்மறையாகவோ அல்லது எதிர்மறையாகவோ அமைவது உங்கள் கட்டுப்பாட்டில்தான் இருக்கிறது. அச்சம்பவத்தினால் ஏற்படக்கூடிய எதிர்கால விளைவை நீங்கள்தான் தீர்மானிக்கிறீர்கள்.

ஒரு குறிப்பிட்ட விஷயம் நிகழ்ந்தபோது, அக்கணத்தில் அது மோசமானதாக உங்களுக்குத் தோன்றியிருக்கலாம்.

ஆனால், பின்னாளில் அது உங்களுக்கு ஏதோ ஒரு நன்மையைச் செய்திருக்கும். சில நாட்களோ, அல்லது சில வாரங்களோ, அல்லது சில ஆண்டுகளோ கழித்து நீங்கள் அதைத் திரும்பிப் பார்த்து, "எனக்கு நிகழ்ந்த மிகச் சிறந்த விஷயம் அதுதான்!" என்று கூறியிருப்பீர்கள். இப்படிப்பட்ட அனுபவம் உங்களுக்கு வாய்த்துள்ளதா? இக்கேள்வியை நான் பலரிடம் கேட்டுள்ளேன். அவர்கள் எல்லோராலும் இத்தகைய பல நிகழ்வுகளை நினைவுகூர முடிந்தது.

எல்லா நிகழ்வுகளையும் அந்தக் கண்ணோட்டத்தில் பார்ப்பதற்கான நேரம் வந்துவிட்டது. ஒவ்வொரு சூழ்நிலையிலும் அந்தக் கச்சிதமான உண்மையைப் பார்க்கக் கற்றுக் கொள்ளுங்கள். ஒரு விஷயம் நிகழும் கணத்தில், அது உங்களுக்கு நன்மை பயப்பதற்காக நிகழுவதாகவே பார்க்க உங்கள் மனத்தைப் பக்குவப்படுத்திக் கொள்ளுங்கள். அப்போது மகிழ்ச்சி உங்களுடைய நிரந்தரத் துணையாக ஆகிவிடும். நீங்கள் எந்தவொரு சூழ்நிலையைப் பற்றிக் கவலைப்படுகிறீர்களோ, பின்னாளில் அது பெரும்பாலும் உங்களுக்கு நன்மையையே கொண்டுவரும். எனவே, வீணாகக் கவலைப்பட்டு உங்கள் வாழ்க்கையை வீணாக்கிக் கொள்ளாதீர்கள்.

3

புதிய அனுபவம்

"எந்நாளும்
பொன்னாளே."

- உம்மோன்

3 | புதிய அனுபவம்

உங்களுடைய அனுபவங்கள் எதிர்மறையான நம்பிக்கைகளை உங்களுக்குக் கொடுத்திருக்கும்போது, அந்த நம்பிக்கைகளை எப்படி மாற்றுவது?

ஒரு புதிய அனுபவத்தை உருவாக்குவதன் மூலமாகத்தான்.

உங்கள் வாழ்வில் நிகழுகின்ற சம்பவங்களுக்கு நீங்கள் அளிக்கும் செயல்விடையை மாற்றுவதுதான் அப்புதிய அனுபவத்தைப் பெறுவதற்கான சிறந்த வழியாகும். 'காரணமும் அதன் விளைவும்' என்ற இயற்கை விதிப்படி, நீங்கள் அளிக்கும் அப்புதிய செயல்விடை புதிய விளைவுகளை உருவாக்கும். அது உங்களுடைய புதிய யதார்த்தமாக ஆகிவிடும்.

மகிழ்ச்சி எனும் இலக்கை அடைவதற்கு, பின்வரும் கூற்று உண்மை என்பதுபோல நடந்து கொள்ளுங்கள்: "எனக்கு நிகழுகின்ற எல்லாமே மிகச் சிறந்த நிகழ்வுகள்தான்." $1 + 1 = 2$ என்பது எந்த அளவு உண்மையோ, முந்தைய வாக்கியமும் அதே அளவு உண்மையாகும்.

உங்களுக்கு நிகழுகின்ற எல்லாமே மிகச் சிறந்த நிகழ்வுகள்தான் என்பதுபோல நீங்கள் நடந்து கொள்ளும்போது, புதிய விளைவுகள் ஏற்படுகின்றன. அவை உங்களுக்கு மகிழ்ச்சியைக் கொண்டுவருகின்றன.

அப்போது வாழ்க்கை அதிகக் குதூலகமானதாக ஆகிறது. மகிழ்ச்சிக்கான ஒரு நேரடிப் பாதையைத் திறந்துவிடுவதைப் போன்றது அது.

மகிழ்ச்சி உங்களுக்காகக் காத்துக் கொண்டிருக்கிறது. மகிழ்ச்சியை உருவாக்குவதற்கு, முந்தைய பத்தியில் கொடுக்கப்பட்டுள்ள வழியை நீங்கள் பின்பற்ற வேண்டும், அவ்வளவுதான். மகிழ்ச்சியின்மையும் உங்களுக்காகக் காத்துக் கொண்டிருக்கிறது. உங்கள் வாழ்வில் உங்களுக்கு ஏற்படும் நிகழ்வுகளுக்கு நீங்கள் அளிக்கும் செயல்விடைதான் நீங்கள் மகிழ்ச்சியை அடைகிறீர்களா அல்லது மகிழ்ச்சியின்மையை அடைகிறீர்களா என்பதைத் தீர்மானிக்கிறது.

இக்கொள்கை எப்படி வேலை செய்கிறது என்பதைத் தெளிவுபடுத்த இந்த எடுத்துக்காட்டைப் பாருங்கள். நீங்கள் ஒரு நவீனக் காபி கடையைத் திறக்க விரும்புகிறீர்கள் என்றும், அதற்கு உங்களுக்கு இருபது லட்சம் ரூபாய் வேண்டும் என்றும் வைத்துக் கொள்ளுவோம். அவ்வளவு பணம் உங்கள் பெயரில் வங்கியில் இருக்கிறது என்று நினைத்துக் கொள்ளுங்கள். இப்போது நீங்கள் உங்கள் கடைக்கான இடத்தைத் தேடத் தொடங்குவீர்கள். உங்கள் கடையில் பல்வேறு நிலைகளில் வேலை செய்வதற்கு மக்களிடம் நேர்முகத் தேர்வு நடத்துவீர்கள். பிறகு, கடைக்கான உபகரணங்களின் விலையை ஒப்பிடத் தொடங்குவீர்கள், மேசைகள் மற்றும் நாற்காலிகளைப் பார்வையிடுவீர்கள், கடையின் பெயர்ப் பலகையைத் தயாரிக்கின்றவர்களைத் தொடர்பு கொள்ளுவீர்கள், உங்கள் கடையில் நீங்கள் தயாரிக்கவிருக்கின்ற பதார்த்தங்களுக்கான கச்சாப் பொருட்களை விநியோகிக்கின்றவர்களைத் தொடர்பு கொள்ளுவீர்கள், உங்கள் நேரத்தைத் திட்டமிடுவீர்கள். பிறகு, வியாபாரத்தைத் துவக்குவதற்கான பிற அனைத்து விஷயங்களையும் நீங்கள் செய்வீர்கள்.

ஒருவேளை வங்கியில் உங்கள் பெயரில் அவ்வளவு பணம் இல்லை என்று வைத்துக் கொள்ளுவோம். இப்போது, தேவையான பணத்தை எப்படித் திரட்டுவது என்பதைப்

பற்றி மட்டுமே நீங்கள் யோசிப்பீர்கள். உங்களிடம் பணம் இல்லை என்ற உண்மை உங்களுடைய நடவடிக்கைகளை முடக்கிப் போட்டுவிடுகிறது.

பணம் இல்லாதது உங்களை முடக்கிப் போட அனுமதிப்பதற்கு பதிலாக, உங்களுக்குத் தேவையான பணம் உங்கள் கணக்கில் இருப்பதுபோல நீங்கள் நடந்து கொள்ளத் தொடங்குகிறீர்கள் என்று வைத்துக் கொள்ளுவோம். இப்போது என்ன நிகழும் என்று நினைக்கிறீர்கள்? உங்களிடம் பணம் இருந்தால் நீங்கள் என்னவெல்லாம் செய்வீர்களோ அவற்றையெல்லாம் நீங்கள் செய்யத் தொடங்குவீர்கள். நீங்கள் உங்கள் பணித்திட்டத்தைத் துவக்கிவிடுவீர்கள். இதன் மூலம், பணம் உங்களை வந்தடைவதற்கான சூழ்நிலையை நீங்கள் உருவாக்குகிறீர்கள். உங்கள் கடையில் வேலை செய்ய நீங்கள் நேர்முகத் தேர்வு செய்கின்றவர்களில் ஒருவர் உங்கள் வியாபாரக் கூட்டாளியாக ஆக விருப்பம் தெரிவிக்கக்கூடும். உங்கள் விநியோகிப்பாளர்களில் ஒருவர் உங்கள் கடையில் முதலீடு செய்ய ஆர்வம் காட்டக்கூடும். உங்கள் கடை அமையவிருக்கின்ற இடத்தின் சொந்தக்காரருக்கு உங்களையோ அல்லது உங்களுடைய வியாபார யோசனையோ பிடித்திருந்து, அவரும் உங்கள் கடையில் முதலீடு செய்ய விரும்பக்கூடும். உங்கள் கடைக்கான பெயர்ப் பலகையைத் தயாரிக்கின்றவருடைய உறவினர் ஒருவர் ஒரு நல்ல முதலீட்டுக்கான வாய்ப்பைத் தேடிக் கொண்டிருக்கக்கூடும்.

வாழ்க்கைக்கான இந்த அணுகுமுறையைத் தொகுத்துரைக்கின்ற ஒரு வாசகத்தை, ஆறாயிரம் ஆண்டுகளுக்கு முந்தைய 'ஐ-சிங்' என்ற பண்டைய சீன உரையிலிருந்து நான் தெரிந்து கொண்டேன்:

எல்லாமே அதற்குரிய நேரத்தில்தான் வருகிறது.

ஒரு பணித்திட்டத்திற்கான அனைத்து உள்ளீடுகளும் துவக்கத்திலேயே உங்களிடம் இருக்க வேண்டும் என்ற

அவசியமில்லை. உரிய நேரத்தில் அவை உங்களை வந்தடையும். அந்த உரிய நேரம் வரும்வரை நீங்கள் உங்கள் பணித்திட்டத்தை முன்னோக்கி எடுத்துச் செல்ல வேண்டியது மட்டுமே இங்கு முக்கியம். தேவையான பணம் ஏற்கனவே உங்களிடம் இருப்பதுபோல நினைத்துக் கொண்டு உங்கள் பணித்திட்டத்தை முன்னெடுத்துச் செல்லுவதன் மூலம் நீங்கள் உருவாக்குகின்ற ஆற்றலைக் கொண்டு, உங்கள் வெற்றிக்கு இட்டுச் செல்லுகின்ற பல தொடர் நிகழ்வுகளை நீங்கள் முடுக்கிவிடுகிறீர்கள். உங்களுடைய நடவடிக்கைகள் உருவாக்குகின்ற ஆற்றல் உங்கள் வியாபாரத்திற்குத் தேவையான உள்ளீடுகளைக் கவர்ந்திழுக்கும்.

உங்களுடைய தொழில் முயற்சிக்குத் தேவையான எல்லாம் உண்மையில் உங்களுக்காகக் காத்துக் கொண்டிருக்கின்றன. உங்களுக்குத் தேவையானவற்றை நீங்கள் கவர்ந்திழுக்க வேண்டும், அவ்வளவுதான். மகிழ்ச்சியும் அப்படிப்பட்ட ஒன்றுதான். உங்கள் வாழ்வில் உங்களுக்கு நிகழுகின்ற எல்லா விஷயங்களும் உங்களுக்கு நன்மை பயப்பதற்காகவே நிகழுகின்றன என்பதுபோல நீங்கள் நடந்து கொள்ளும்போது, ஒரு பெரும் ஆற்றல் அலை உருவாகி, எல்லாம் உங்களுக்கு நன்மை பயக்கும்படி செய்யும். இதன் விளைவாக நீங்கள் மகிழ்ச்சியை அனுபவிப்பீர்கள். விஷயங்கள் உண்மையில் இப்படித்தான் நிகழுகின்றன என்பதை இது உங்களுக்கு நிரூபிக்கிறது. எல்லாமே உங்களுக்கு நன்மை பயப்பதற்காகவே நிகழுவதாக நீங்கள் நம்ப இது வழி வகுக்கிறது. இது உண்மை என்பதை நீங்கள் அறியும்போது, நீங்கள் உண்மையிலேயே பெரும் நிம்மதி அடைவீர்கள்.

சமீப காலமாக உங்கள் வாழ்வில் இனிமையற்ற நிகழ்வுகளையோ அல்லது சூழல்களையோ நீங்கள் எதிர்கொண்டிருந்தாலும், பெரும்பான்மையான நேரம் நீங்கள் மகிழ்ச்சியாக இருந்து வந்துள்ளதைப் படிப்படியாகவோ அல்லது திடீரென்றோ நீங்கள்

உணரும்போது, எல்லாமே நன்மை பயப்பதுபோல நடந்து கொள்ளுகின்ற ஒரு நிலையை நீங்கள் எட்டியுள்ளதை நீங்கள் அறிவீர்கள்.

மிகச் சிறந்த விஷயம்

"எப்படி வாழ வேண்டும் என்பதை நீங்கள் உண்மையிலேயே அறிந்திருந்தால், உங்கள் நாட்களை ஒரு புன்னகையோடு துவக்குவதைவிட மிகச் சிறந்த வழி ஏதேனும் இருக்க முடியுமா? நீங்கள் உங்களுடைய ஒவ்வொரு நாளையும் மென்மையாகவும் புரிதலோடும் அணுகுவதற்குப் புன்னகை உதவுகிறது."

- திக் நட் ஹன்

நமக்கு நிகழுகின்ற அனைத்தும் நம்முடைய மாபெரும் நன்மைக்காகவே நிகழுகின்றன என்ற விழிப்புணர்வைத் தக்கவைத்துக் கொள்ளுவது நம்முடைய வாழ்வில் புதிய விளைவுகளை உருவாக்குவதில் உள்ள மிகக் கடினமான பகுதியாகும். அந்த விழிப்புணர்வை நாம் பல சமயங்களில் மறந்துவிட்டு, நாம் சூழ்நிலைக் கைதிகளாக ஆகிவிடுகிறோம், சிந்திக்காமல் செயல்விடை அளிக்கிறோம். இந்த விழிப்புணர்வை எப்போதும் தக்கவைத்துக் கொள்ளுவதற்கு நாம் கடினமாக முயற்சிக்க வேண்டியிருக்கிறது, ஆனால் அது தக்க வெகுமதிகளை நமக்குக் கொண்டுவரும். இந்த விழிப்புணர்வு எப்போதும் நமக்கு இருப்பதை உறுதி செய்வதற்கான மிகச் சிறந்த வழிகளில் ஒன்று, "நமக்கு நிகழுகின்ற அனைத்தும் நம்முடைய மாபெரும் நன்மைக்காகவே நிகழுகின்றன" என்ற வாசகத்தைப் பல துண்டுக் காகிதங்களில் எழுதி உங்கள் பார்வையில் படும்படி ஆங்காங்கே ஒட்டி வைப்பதற்கும். உங்கள் குளியலறைக் கண்ணாடி, காரின் முன்பகுதி, உங்கள் ஒப்பனையறைக் கண்ணாடி, உங்கள் அலமாரியின் உட்பகுதி, உங்கள்

குளிர்பதனப் பெட்டியின் கதவு, உங்கள் படுக்கையறையின் மேற்கூரை போன்றவை அந்த வாசகத்தை அச்சிட்டு ஒட்டி வைப்பதற்கான சிறந்த இடங்களாகும்.

நீங்கள் ஒரு கடினமான சூழ்நிலையை எதிர்கொண்டிருக்கும்போது, நான் சற்றுமுன் குறிப்பிட்ட அந்தப் பேருண்மையை உங்களுக்கு நீங்களே நினைவுபடுத்திக் கொள்ளுங்கள். உங்களுக்கு ஏற்பட்டுள்ள பிரச்சனை உங்களுக்கு நன்மை பயப்பதற்காகவே ஏற்பட்டுள்ளதுபோலக் கருதி அதன்படி நடந்து கொள்ளுங்கள்.

புன்னகை புரியுங்கள். உங்களுடைய கடினமான சூழ்நிலை ஓர் அற்புதமான விளைவை உங்களுக்குப் பெற்றுக் கொடுத்துக் கொண்டிருப்பதாகக் கற்பனை செய்யுங்கள். ஓர் அற்புதமான பரிசோ அல்லது மகிழ்ச்சியூட்டும் தகவலோ உங்களுக்குக் கிடைத்திருப்பதுபோல நடந்து கொள்ளுங்கள். உங்களுக்கு ஏற்பட்டுள்ள மிக மோசமான ஒரு விஷயம் என்ற உங்களுடைய பழைய நம்பிக்கையிலிருந்து முளைக்கின்ற எதிர்மறை ஆற்றலை ஒரு நேர்மறையான பாதைக்குத் திருப்பிவிடுங்கள். உங்களுடைய தற்போதைய சூழ்நிலை உங்களுக்கு ஒரு மாபெரும் அனுகூலத்தைக் கொண்டுவர இருப்பதாக உங்களுக்கு நீங்களே கூறிக் கொள்ளுங்கள். இந்த இயற்கை விதிப்படி, இப்புதிய எண்ணங்களும் நடவடிக்கைகளும் உங்களுக்கு மகிழ்ச்சியைக் கொண்டுவரக்கூடிய விளைவுக்கு இட்டுச் செல்லும்.

பிரபஞ்சம் எந்தத் தவறும் செய்வதில்லை.

நடக்க வேண்டிய விதத்தில்தான் எல்லாம் நிகழ்ந்து கொண்டிருக்கிறது. பிரச்சனைகள் குறித்த நம்முடைய கண்ணோட்டம்தான் நாம் வேதனையையும் பிரச்சனையையும் அனுபவிக்கக் காரணமாக இருக்கிறது. அதே சமயம், 'மோசமானவை' என்று நிகழ்வுகளுக்கு நாம் முத்திரை குத்தும்போது, நமக்காகக் காத்துக் கொண்டிருக்கின்ற வெகுமதிகளைப் பார்க்க நாம் தவறிவிடுகிறோம்.

எனக்குத் தெரிந்த ஒருவர் சில மாதங்களுக்கு முன்பு தன் வேலையை இழந்தார். தன்னுடைய துரதிர்ஷ்டத்தை நொந்து கொண்ட அவர் குடிப் பழக்கத்திற்கு ஆளானார். பிறகு அவர் போதைப் பொருட்களையும் உட்கொள்ளத் தொடங்கினார். மூன்று மாதங்களை அவர் இப்படியே கழித்தார். மூன்றாவது மாதத்தின் முடிவில் ஒரு நாள், அவருக்கு ஒரு நிறுவனத்திடமிருந்து தொலைபேசி அழைப்பு ஒன்று வந்தது. அந்நிறுவனத்தில் வேலை செய்ய அவர் எப்போதும் விரும்பி வந்திருந்தார். அவருக்கு இப்போது வேலை இல்லாததைப் பற்றிக் கேள்விப்பட்ட அந்நிறுவனம் அவர் உடனடியாக வேலையில் சேர அவருக்கு அழைப்பு விடுத்தது. ஆனால், முதலில், போதை மருந்துப் பரிசோதனை ஒன்றுக்கு அவர் உட்பட வேண்டும் என்று அந்நிறுவனத்தினர் அவரிடம் கேட்டுக் கொண்டனர். உயர்ந்த தரத்திற்குப் புகழ்பெற்ற அந்நிறுவனம், போதைப் பழக்கம் கொண்டவர்களை வேலைக்கு எடுத்துக் கொள்ள மறுத்தது.

நான் குறிப்பிட்ட அந்த நபர் அந்த போதை மருந்துப் பரிசோதனையில் தோல்வியுற்றார். எனவே, அவருக்கு அந்த வேலை கிடைக்கவில்லை. ஆனால், அவருக்கு அந்த வேலை கிடைக்காமல் போனதற்கான உண்மையான காரணம், பிரபஞ்சம் தனக்கு ஏதோ நன்மையைச் செய்யவிருந்ததாக நம்புவதற்கு பதிலாக, அவர் பிரபஞ்சத்தின்மீதான நம்பிக்கையை இழந்து தன்னுடைய துரதிர்ஷ்டத்தை நொந்து கொண்டதுதான். உண்மையில், அவர் தன்னுடைய பழைய வேலையை இழந்தபோது, ஒரு தவறினாலோ அல்லது ஒரு துரதிர்ஷ்டத்தினாலோ அது நிகழவில்லை. மாறாக, அந்த வேலையைவிட அதிகச் சிறப்பான ஒரு வேலை அவருக்குக் கிடைப்பதற்கான ஓர் அற்புதமான வாய்ப்புதான் அது. அந்நேரத்தில் அவருக்கு அது தெரிந்திருக்கவில்லை.

ஜீவனற்ற, நம்மைப் பற்றிய பிரக்ஞையற்ற ஒரு பிரபஞ்சத்தில் நீங்களும் நானும் வாழ்ந்து கொண்டிருந்தால்,

விஷயங்கள் தாமாக நிகழுவதாக நாம் நினைத்துக் கொள்ளலாம். ஆனால், உயிர்த்துடிப்புக் கொண்ட, பிரக்ஞையுடன்கூடிய, நம்மைப் பற்றிய முழுமையான விழிப்புணர்வைப் பெற்றுள்ள ஒரு பிரபஞ்சத்தின் ஒரு முக்கியப் பகுதியாக நாம் இருக்கிறோம். நாம் நம்முடைய முழுமையான ஆற்றலைப் பயன்படுத்தி அற்புதமாகச் செயல்படுவதற்கு நமக்குத் துல்லியமாக எது தேவையோ, நம்முடைய பிரபஞ்சம் துல்லியமாக அதை நமக்குக் கொடுக்கிறது.

நீங்கள்தான் பிரபஞ்சம் . . .
நீங்கள் அதன் பிரிக்க முடியாத ஓர் அம்சமும்கூட.

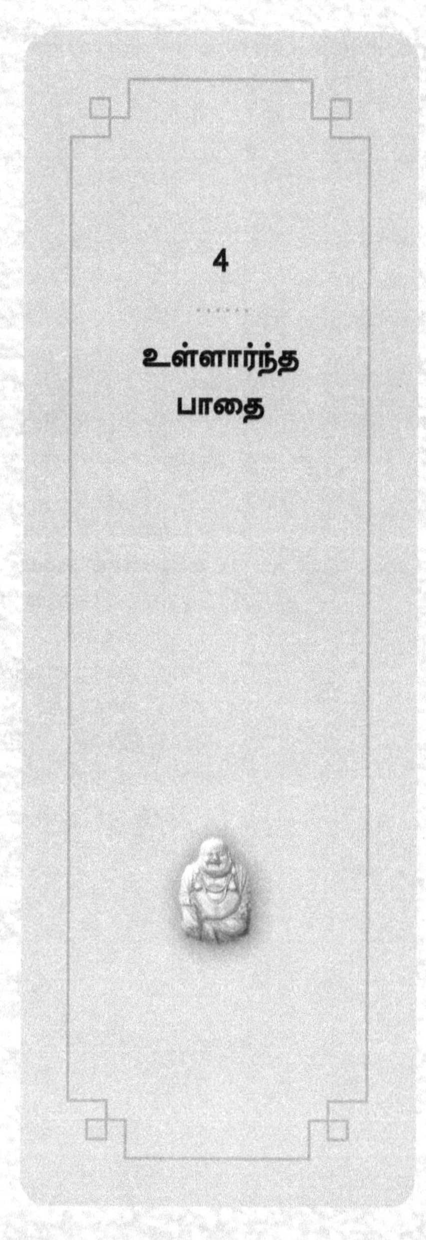

4

உள்ளார்ந்த பாதை

4 | உள்ளார்ந்த பாதை

மகிழ்ச்சி உள்ளிருந்து வருகிறது. அது நம்முடைய மனத்தால் உருவாக்கப்படுகின்ற ஒரு நிலை. புறச் சூழல்களாலும் சில பொருட்களாலும் நமக்கு மகிழ்ச்சியுணர்வைக் கொடுக்க முடியும் என்றாலும், அச்சூழல்களோ அல்லது பொருட்களோ நம்முடைய மகிழ்ச்சிக்கான உண்மையான காரணம் அல்ல. அவற்றைப் பற்றி நாம் உணருகின்ற விதம்தான் அதற்குக் காரணம். அதாவது, அவற்றைப் பற்றி நம்முடைய மனம் சிந்திக்கின்ற விதம்தான் நம்முடைய மகிழ்ச்சிக்கான உண்மையான காரணம்.

இக்கருத்தை இரண்டு எளிய எடுத்துக்காட்டுகள் அழகாக விளக்குகின்றன. ஒரு விளையாட்டுப் போட்டியைக் கண்டுகளிப்பதற்காக ஆயிரக்கணக்கான மக்கள் கூடியுள்ள ஒரு விளையாட்டு அரங்கம் முதல் எடுத்துக்காட்டு. போட்டி முடிந்ததும் சிலர் மகிழ்ச்சியாக இருக்கின்றனர், சிலர் வருத்தமாக இருக்கின்றனர். எந்த அணி அப்போட்டியில் வெற்றி பெற்றுள்ளதோ, அந்த அணியின் ஆதரவாளர்கள் மகிழ்ச்சியாக இருக்கின்றனர். ஒரு விளையாட்டுப் போட்டியின் முடிவு குறித்து மகிழ்ச்சியாக இருப்பதோ அல்லது மகிழ்ச்சியற்று இருப்பதோ அந்தப் புற நிகழ்வுக்கு நம் மனம் அளிக்கின்ற செயல்விடைதான் காரணம்.

மகிழ்ச்சியும் சரி, மகிழ்ச்சியின்மையும் சரி, எந்தவொரு நிகழ்விலும் உள்ளடங்கி இருப்பதில்லை.

ஒரு விளையாட்டுப் போட்டியைக் காணும் பார்வையாளர்கள் ஒவ்வொருவரும் ஒரு குறிப்பிட்ட அணிக்கு விசுவாசமாக இருக்கக்கூடும் அல்லது அப்போட்டியின் முடிவு பொருளாதாரரீதியாக அவர்களுக்கு ஏதேனும் ஆதாயம் பயப்பதாக இருக்கக்கூடும். அல்லது, ஒரு குறிப்பிட்ட விளையாட்டு வீரர் குறித்து அவர்கள் பெருமிதம் கொள்ளக்கூடும், அல்லது தங்களுக்குப் பிடித்தமான அணி எந்த நகரத்தை அல்லது பள்ளியைப் பிரதிநிதப்படுத்துகிறதோ அந்த நகரம் அல்லது பள்ளியை அவர்களுக்குப் பிடித்திருக்கக்கூடும். அந்த மனப்போக்குகள்தான் அப்போட்டியைக் குறித்தும் அதன் விளைவைக் குறித்தும் அவர்கள் அளிக்கின்ற செயல்விடையைத் தூண்டுகின்றன. மகிழ்ச்சியை அல்லது மகிழ்ச்சியின்மையை உருவாக்குவதுதான் போட்டி எனும் அந்த நிகழ்வின் நோக்கம் என்றால், ஒன்று, எல்லோரும் மகிழ்ச்சியடைய வேண்டும் அல்லது எல்லோரும் வருத்தமுற வேண்டும். எனவே, ஒருவர் மகிழ்ச்சி கொள்கிறாரா அல்லது வருத்தம் கொள்கிறாரா என்பதை அந்த நிகழ்வு தீர்மானிப்பதில்லை, மாறாக, அந்த நிகழ்வு குறித்து அவர் கொள்ளுகின்ற கண்ணோட்டம்தான் அவருக்கு மகிழ்ச்சியையோ அல்லது வருத்தத்தையோ ஏற்படுத்துகிறது.

வாழ்வின் அனைத்து நிகழ்வுகளும் இப்படித்தான் செயல்படுகின்றன. விஷயங்களை நீங்கள் பார்க்கின்றவிதமும், அவற்றோடு நீங்கள் உங்களைத் தொடர்புபடுத்துகின்ற விதமும்தான் உங்களுடைய மகிழ்ச்சியை அல்லது மகிழ்ச்சியின்மையைத் தீர்மானிக்கின்றனவே அன்றி, அவ்விஷயங்கள் அல்ல.

இரண்டாவது எடுத்துக்காட்டை இப்போது பார்க்கலாம். நாம் ஒரு சிறிய வீட்டில் வாழ்ந்து கொண்டிருப்பதாக வைத்துக் கொள்ளுவோம். நம்முடைய

வீட்டிற்குப் பக்கத்தில் ஒரு மிகப் பெரிய வீடு கட்டப்பட்டுக் கொண்டிருக்கிறது. அதனால் எழுகின்ற புழுதியும் சத்தமும் நமக்கு மகிழ்ச்சியளிக்கவில்லை. மேலும், அந்தப் பெரிய வீட்டிற்குப் பக்கத்தில் நம்முடைய வீடு மிகச் சிறியதாகத் தோன்றும் என்பதும் நமக்கு வருத்தத்தைக் கொடுக்கிறது. ஒருசில மாதங்கள் நாம் இந்த அசௌகரியத்தை அனுபவித்தப் பிறகு, நம்முடைய பொறுமை தேய்ந்து கொண்டிருக்கின்ற நேரத்தில், அந்த வீட்டைக் கட்டிக் கொண்டிருக்கின்ற ஒப்பந்தக்காரர் நம்மிடம் வந்து, நம்முடைய பணக்கார உறவினர் ஒருவர் நமக்குப் பரிசளிப்பதற்காக அந்த வீட்டைக் கட்டிக் கொண்டிருப்பதாக நம்மிடம் கூறுகிறார் என்று வைத்துக் கொள்ளுவோம்.

இப்புதிய தகவலைக் கேட்டப் பிறகு, அதே வீடு, அதே புழுதி, அதே சத்தம் ஆகியவை நம்மிடம் ஒரு வித்தியாசமான செயல்விடையைத் தூண்டுகின்றன. தற்சமயம் அவை நமக்கு அசௌகரியத்தையும் எரிச்சலையும் கொடுக்கும் என்றாலும், கட்டி முடிக்கப்பட்டவுடன் அந்த வீடு நமக்குச் சொந்தமாகிவிடும் என்ற விஷயம் இந்தத் தற்காலிக அசௌகரியத்தை நாம் பொறுத்துக் கொள்ளும்படி செய்கிறது.

நம்முடைய எண்ணங்கள்மீது தாக்கம் ஏற்படுத்துவதற்கும், ஒரு குறிப்பிட்ட விஷயத்தை இரண்டு பேர் வெவ்வேறு கண்ணோட்டத்தில் பார்க்கும்படி செய்வதற்கும் நம்முடைய மனத்திற்கு இருக்கும் சக்தியை, கொடிக் கம்பம் ஒன்றில் கட்டப்பட்டுள்ள ஒரு கொடியை இரண்டு துறவிகள் பார்ப்பதைப் பற்றிய பிரபலமான ஜென் கதை ஒன்று தெளிவாகக் காட்டுகிறது. அக்கொடிதான் அசைந்து கொண்டிருப்பதாக ஒரு துறவி கூறுகிறார். இன்னொருவர் அதை மறுத்துவிட்டு, காற்றுதான் அசைந்து கொண்டிருப்பதாகக் கூறுகிறார். அப்போது அவ்வழியே போய்க் கொண்டிருக்கின்ற ஒரு மூத்த ஜென் துறவி அவர்களுடைய வாக்குவாதத்தைக் கேட்டுவிட்டு, அவர்களிடம், "காற்றும் அசையவில்லை,

கொடியும் அசையவில்லை. உங்கள் மனம்தான் அசைந்து கொண்டிருக்கிறது," என்று கூறுகிறார்.

காரணமும் அதன் விளைவும்

"கட்டுப்படுத்தப்படாத உங்கள் எண்ணங்கள் உங்களுக்கு இழைக்கக்கூடிய தீங்கைவிட அதிகமாக உங்களுடைய மிக மோசமான எதிரியால்கூட உங்களுக்குத் தீங்கிழைக்க முடியாது. ஆனால், உங்கள் எண்ணங்களை எப்படிக் கட்டுப்படுத்துவது என்பதை நீங்கள் கற்றுக் கொண்டால், அதைவிட அதிகமாக யாராலும் உங்களுக்கு உதவ முடியாது."

- தம்மபதம்

மகிழ்ச்சி, மகிழ்ச்சியின்மை ஆகிய இரண்டும் நிகழ்வுகளை நீங்கள் அர்த்தப்படுத்துவதன் அடிப்படையில் அமைகின்ற, மனத்தின் இரண்டு நிலைகள் என்பதால், புதிய தகவல்களை உங்கள் மனத்திற்குக் கொடுப்பதன் மூலம் உங்கள் மனநிலையை உங்களால் மாற்ற முடியும். ஒரு புதிய வீடு உங்களுக்காகக் கட்டப்பட்டுக் கொண்டிருக்கிறது போன்ற நேரடியான தகவல்கள் எல்லா நேரங்களிலும் உங்களுக்குத் தெரிவிக்கப்படாமல் போகலாம், ஆனால் உங்கள் வாழ்வில் ஏற்படும் நிகழ்வுகளை ஒரு புதிய கண்ணோட்டத்தில் பார்ப்பதையும் புதிய வழிகளில் அர்த்தப்படுத்துவதையும் நீங்கள் தேர்ந்தெடுப்பதன் மூலம், உங்கள் மனத்திற்குத் தேவையான உள்ளீடுகளை உங்களால் வழங்க முடியும். நீங்கள் இதைச் செய்யும்போது, மிகக் கடினமான சூழ்நிலைகளை நீங்கள் திறமையாகச் சமாளிப்பீர்கள் என்பதோடு, ஒரு புன்னகையுடன் அதிலிருந்து வெளிவருவீர்கள் என்பதும் உறுதி.

மீமெய்யியல்" என்ற வார்த்தையை நீங்கள் கேள்விப்பட்டிருக்கக்கூடும். பௌதிக உலகைக் கடந்த

விஷயங்களோடு தொடர்புடையது அது. நாம் நம்முடைய ஐம்புலன்களுக்கு அப்பாலுள்ளவற்றை அடைவதற்கான மனித முயற்சியின் ஒரு பகுதி அது. இயற்கையைக் கடந்த ஒன்றைப் பற்றிய நம்முடைய கண்ணோட்டம் அது.

பொருட்களின் உண்மையான இயல்பையும், அவற்றின் உச்சகட்டச் சாரங்களையும், அவற்றின் இருத்தலுக்கான காரணங்களையும் மீமெய்யியலின் மூலமாக நாம் கண்டறிகிறோம். என்னைப் பொருத்தவரை, மீமெய்யியல் என்பது பௌதிக உலகில் உள்ள எல்லாவற்றையும் கடுப்படுத்துகின்ற பிரபஞ்ச விதிகளை உள்ளடக்கிய ஒரு தத்துவம்தான். பௌதிக உலகிற்கு அப்பாற்பட்டவற்றை முறைப்படுத்திக் கட்டுப்படுத்துகின்ற, கண்ணுக்குப் புலப்படாத, ஆனால் உண்மையெனக் கருதப்படுகின்ற விதிகளையும் உள்ளடக்கியது அது.

நம்முடைய பிரபஞ்சத்தின் மிகவும் அடிப்படையான மற்றும் மிகவும் முக்கியமான அம்சங்களில் ஒன்றுடன் தொடர்பு கொண்ட ஒரு மீமெய்யியல் விதி 'காரணமும் அதன் விளைவும்' விதியாகும். அவ்விதியைச் சுருக்கமாக இப்படிக் கூறலாம்:

"ஒவ்வொரு வினையும் ஓர் எதிர்வினையை உருவாக்குகிறது. அந்த எதிர்வினையானது அந்த வினைக்கு ஏற்றவாறு துல்லியமாக அமைகிறது."

இந்த மீமெய்யியல் விதி, பின்வரும் வழியில் உங்களுடைய நம்பிக்கைகளுக்குப் பொருந்துகிறது. நீங்கள் கொண்டுள்ள ஒவ்வொரு நம்பிக்கையும் ஏதோ ஒரு விதத்தில் தன்னை வெளிப்படுத்திக் கொள்ளுகிறது. உங்களை ஏதோ ஒரு நடவடிக்கை எடுக்க வைப்பதன் மூலமோ அல்லது ஒரு குறிப்பிட்ட நடவடிக்கையை நீங்கள் மேற்கொள்ளுவதிலிருந்து உங்களைத் தடுப்பதன் மூலமோ அது தன்னை வெளிப்படுத்திக் கொள்ளுகிறது. ஒன்று சாத்தியமில்லை என்று நீங்கள் உறுதியாக நம்பினால், அதைச் செய்ய நீங்கள் முயற்சிக்கக்கூட மாட்டீர்கள்.

இருபதாம் நூற்றாண்டின் துவக்கத்தில், மக்களிடையே ஒரு கண்ணோட்டம் நிலவியது. ஒரு மைல் தூரத்தை நான்கு நிமிடங்களுக்குள் ஓடிக் கடக்க எந்த மனிதனாலும் முடியாது என்று கிட்டத்தட்ட எல்லோருமே நம்பினர். யாரேனும் அதைச் சாதிக்க முயன்றால், அவர் அச்சாதனையை நிகழ்த்துவதற்கு முன்பாக நிலை குலைந்துவிடுவார் என்று அக்காலகட்டத்தைச் சேர்ந்த மருத்துவர்கள் கூறினர். நான்கு நிமிடங்களுக்குள் ஒரு மைல் தூரத்தை ஓடிக் கடப்பதற்கு ஏற்ற விதத்தில் நம்முடைய உடலின் வடிவமைப்பு இருக்கவில்லை என்று பொறியாளர்கள் கருத்துத் தெரிவித்தனர்.

இந்த நம்பிக்கை உண்மை என்றுதான் அப்போது தோன்றியது. ஏனெனில், அச்சாதனையை நிகழ்த்த முயற்சித்த ஆயிரக்கணக்கான ஓட்டக்காரர்கள் இறுதியில் தோல்வியையத்தான் தழுவினர். ஒரு கண்ணோட்டத்தின் சக்தி அது. அதை நம்பிய எவரொருவரையும் அது முடக்கிப் போட்டது. அந்தத் தடையை உடைத்தெறிவது சாத்தியமற்றதாக இருந்தது. ஆனாலும், 1954ம் ஆண்டு மே 6ம் நாளன்று, ரோஜர் பேனிஸ்டர் என்பவர் 3 நிமிடங்கள் 59.4 நொடிகளில் ஒரு மைல் தூரத்தை ஓடிக் கடைந்தார். அன்று நிலவிய கண்ணோட்டத்தை அவர் தரைமட்டமாக்கினார். வெறும் ஆறு வாரங்களுக்குப் பிறகு, ஜான் லேண்டி என்ற ஆஸ்திரேலியர் அதே ஒரு மைல் தூரத்தை 3 நிமிடங்கள் 58 நொடிகளில் ஓடிக் கடந்தார். 1957ம் ஆண்டின் முடிவில் மேலும் பதினாறு ஓட்டக்காரர்கள் ஒரு மைல் தூரத்தை நான்கு நிமிடங்களுக்குள் ஓடிக் கடந்து சாதனை படைத்திருந்தனர்.

இன்று பல ஓட்டக்காரர்கள் அதைச் சுலபமாகச் சாதித்துக் கொண்டிருக்கின்றனர். ஜான் வாக்கர் என்பவர் சுமார் நூறு முறை அதைச் செய்துள்ளார். தற்போதைய உலகச் சாதனை 3 நிமிடங்கள் 43.13 நொடிகளாகும். மொராக்கோ நாட்டுக்காரரான ஹிச்சம் எல் ஜெருஜ் 1999ம் ஆண்டு ஜூலை 7ம் நாளன்று அச்சாதனையை நிகழ்த்தினார்.

பழைய கண்ணோட்டம் தரைமட்டமாக்கப்பட்டு ஒரு புதிய கண்ணோட்டம் உருவாக்கப்பட்டவுடன், ஒரு மைல் தூரத்தை நான்கு நிமிடங்களுக்குள் ஓடிக் கடப்பது ஒரு சாதாரண நிகழ்வாக ஆகிவிட்டது. ஓட்டக்காரர்கள் திடீரென்று வேகமாக ஓடத் தொடங்கினரா? இல்லை. அவர்கள் அதிக வலிமையானவர்களாக இருந்தனரா? இல்லை. ஆனால், அச்சாதனையை நிகழ்த்த முடியும் என்று அவர்கள் உறுதியாக நம்பியதுதான் அதற்குக் காரணம். ஒரு கண்ணோட்டம் அல்லது ஒரு நம்பிக்கை பொய் என்று நிரூபிக்கப்படும்போது நிகழுகின்ற அதிசயம் அது. எல்லோரும் புதிய நம்பிக்கையை ஏற்றுக் கொண்டுவிடுவர்.

உங்கள் வாழ்வில் நிகழும் நிகழ்வுகள் குறித்தும், வாழ்க்கை உங்களை 'நடத்துகின்ற' விதம் குறித்தும், உங்கள் வாழ்வில் மகிழ்ச்சி ஏற்படுவதற்கான சாத்தியக்கூறு உள்ளதா என்பது குறித்தும் நீங்கள் கொண்டுள்ள கண்ணோட்டங்களைத் தகர்த்தெறிவதற்கான நேரம் வந்துவிட்டது. உங்கள் மனத்தை உங்கள் கட்டுப்பாட்டிற்குள் உங்களால் கொண்டுவர முடியும், உங்கள் வாழ்க்கை மலரும் விதத்தின்மீது உங்களால் தாக்கம் ஏற்படுத்த முடியும்.

5

பிரக்ஞையுடன்கூடிய மகிழ்ச்சி

"எதைச்
செய்தாலும்
அதை
இதயபூர்வமாகச்
செய்யுங்கள்."

- புத்தபிரான்

5 | பிரக்ஞையுடன்கூடிய மகிழ்ச்சி

உங்கள் வாழ்வில் ஏற்படும் விளைவுகள்மீது மிக முக்கியத் தாக்கம் ஏற்படுத்துகின்ற காரணி உங்கள் மனநிலைதான். நான் உங்கள் மனத்தைப் பற்றிப் பேசும்போது, உங்களுடைய மூளையின் மேற்பகுதியில் உள்ள நரம்புக் குவியல்களைப் பற்றிப் பேசவில்லை. மாறாக, சிந்திக்கின்ற மற்றும் கவனிக்கின்ற பகுதியைப் பற்றித்தான் நான் பேசுகிறேன். சிந்திப்பதற்கு நீங்கள் பல நரம்புத் திசுக்களைப் பயன்படுத்துகிறீர்கள் என்றாலும், உங்களுடைய சிந்தனையை வழிநடத்துகின்ற ஒரு தனிப் பகுதி இருக்கிறது. அது உங்கள் மூளைக்கு வெளியேயோ அல்லது உள்ளேயோ இருக்கக்கூடும். அல்லது, நீங்கள் உங்களுடைய ஒட்டுமொத்த உடலைக் கொண்டு சிந்திக்கக்கூடும்.

நீங்கள் உங்கள் வாழ்வில் மும்முரமாக ஈடுபட்டிருக்கும்போது, உங்களின் ஏதோ ஒரு பகுதி உங்களுக்குள் இருந்து உங்களை கவனித்துக் கொண்டிருப்பதை நீங்கள் அறிந்திருப்பீர்கள். அந்தப் பகுதியில்தான் உங்களுடைய நம்பிக்கைகள் பதிவாகியுள்ளன. உங்கள் உலகையும், பிரபஞ்ச விதிகளையும், உங்களுடைய சக மனிதர்களையும், வாழ்வில் உங்கள் பங்கையும், உங்கள் விழுமியங்களையும் பற்றி நீங்கள் உண்மை என்று

நம்புகின்ற விஷயங்கள் அப்பகுதியில் உறைந்துள்ளன. அந்த நம்பிக்கைகள்தான் உங்களுடைய தனிப்பட்டத் தத்துவமாகும்.

நம்முடைய மனத்திற்கும் உணர்ச்சிகளுக்கும் உடலுக்கும் இடையேயான தொடர்பைக் காட்டுகின்ற ஏராளமான ஆராய்ச்சிகள் இன்று நிகழ்ந்து கொண்டிருக்கின்றன. இது ஒரு புதிய கோட்பாடு அல்ல. வாழுவதற்கான விருப்பமும் மன உறுதியும் எந்தவொரு நோயிலிருந்தும் குணம் பெறுவதற்கான மிக முக்கியமான அம்சங்களில் ஒன்று என்று திறமையான மருத்துவர்கள் ஏராளமானோர் காலங்காலமாகத் தங்கள் நோயாளிகளிடம் கூறி வந்துள்ளனர். சுமார் 2,400 ஆண்டுகளுக்கு முன்பு, 'மருத்துவத்தின் தந்தை' என்று கருதப்படுகின்ற கிரேக்க மருத்துவரான ஹிப்போகிரேட்ஸ், தன்னுடைய மாணவர்களிடம், "எதிர்மறை உணர்ச்சிகள்தான் நோய்களை உருவாக்குகின்றன. அந்நோய்களில் இருந்து விடுபட்டு நலம் பெறுவதற்கு நேர்மறையான உணர்ச்சிகள் மிக முக்கியக் காரணிகளாக இருக்கின்றன," என்று கூறினார்.

இனி வரவிருக்கின்ற ஒரு நிகழ்ச்சி குறித்து நீங்கள் மகிழ்ச்சியாகவும், ஆற்றலுடனும், உற்சாகமாகவும் இருந்தாலோ அல்லது ஒரு நன்னம்பிக்கையுடன்கூடிய மனநிலையில் இருந்தாலோ, உங்கள் உடலின் நோயெதிர்ப்பு அமைப்புமுறை சக்தியைப் பெறும், உங்களை ஆரோக்கியமான நிலையில் வைத்துக் கொள்ளும் விதத்தில் அது செயல்படும். நீங்கள் உளச்சோர்வுடனோ, வருத்தமாகவோ, அல்லது வேதனையுற்றோ இருந்தால், உங்களுடைய நோயெதிர்ப்பு அமைப்புமுறை அந்த மோசமான மனநிலையைப் பிரதிபலிக்கும் விதமாகச் செயல்விடை அளிக்கும். ஒவ்வொரு கணமும் நம்முடைய உடலில் நிகழ்ந்து கொண்டிருக்கின்ற உயிரணு இனப்பெருக்கத்தின்மீதுகூட நம்முடைய சிந்தனை ஓர் அளப்பரிய தாக்கம் ஏற்படுத்துவதாக நவீன ஆராய்ச்சிகள் தெரிவிக்கின்றன.

உங்கள் உடலும் மூளையும் நம்பிக்கைகளும்

"உங்கள் ஓட்டுமொத்த உடலைக் கொண்டு சிந்தியுங்கள்."

– டைசென் தேஷிமாரு

உங்கள் உடலுக்கும் உங்கள் மூளைக்கும் இடையே ஒரு தொடர்ச்சியான இருவழிக் கருத்துப் பரிமாற்றம் நிகழ்ந்து கொண்டிருக்கிறது. நீங்கள் ஏதோ ஒரு மோசமான விஷயத்தைப் பற்றி நினைத்த நேரத்தில் உங்கள் வயிற்றில் ஓர் அசௌகரிய உணர்வு தோன்றிய கணங்கள் உங்களுக்கு நினைவிருக்கின்றனவா? உங்கள் மூளைக்கும் உங்கள் உடலுக்கும் இடையே இந்த வகையான கருத்துப் பரிமாற்றம்தான் நிகழுகிறது.

உங்கள் மூளை உங்கள் உடலிலுள்ள உயிரணுக்களுடன் தகவல் பரிமாறிக் கொள்ளுகிறது என்பதோடு, உங்களுடைய உயிரணுக்களும் உங்கள் மூளையுடனும் உங்கள் உடலின் பிற பகுதிகளுடனும் தகவல் பரிமாறிக் கொள்ளுகின்றன என்று சமீபத்திய ஆராய்ச்சிகள் கண்டுபிடித்துள்ளன. நாம் நம்முடைய மூளையைக் கொண்டு மட்டுமல்லாமல் நம்முடைய உடலைக் கொண்டும் சிந்திக்கிறோம் என்றும் சமீபத்திய ஆராய்ச்சிகள் தெரிவிக்கின்றன. உண்மையில், நம்முடைய ஓட்டுமொத்த உடலும் நம்முடைய மூளையின் ஒரு பகுதி என்று பார்ப்பதில் எந்தத் தவறும் இல்லை. இது ஒரு புதிய, திகைப்பூட்டும் தகவலாக இருக்கக்கூடும், ஆனால் அதை நிராகரித்துவிடாதீர்கள்.

இன்னொரு சுவாரசியமான விஷயம் இது: நீங்கள் எந்த ஒரு குறிப்பிட்ட உணர்ச்சியில் அல்லது நடத்தையில் அதிகமாக ஈடுபடுகிறீர்களோ, அது குறித்த ஒரு பெருவிருப்பம் உங்களுக்குள் தலைதூக்கும்.

இவ்விஷயம், மனச்சோர்வு, போதைப் பழக்கம், மதுப் பழக்கம், புகைப் பழக்கம் போன்ற பழக்கங்களில் தொடங்கி, கோபம், மகிழ்ச்சி போன்ற உணர்ச்சிகள்வரை

எல்லாவற்றுக்கும் பொருந்தும். எடுத்துக்காட்டாக, நாம் கோபத்திற்கு அடிமையாகிறோம். கோபம் நம்முடைய மனத்தின்மீதும் உடலின்மீதும் ஏற்படுத்துகின்ற தாக்கம்தான் அதற்குக் காரணம். அட்ரினலீன் எனும் சக்திவாய்ந்த வினையூக்கியை அது நம்முள் சுரக்கச் செய்கிறது. கோபம் நமக்குக் கொடுக்கின்ற ஒரு தூண்டுதலுக்காக நாம் அதனைச் சார்ந்திருக்கத் தொடங்குகிறோம், நம்முடைய வாழ்க்கைத் துணைவரோடும் நண்பர்களோடும் சக ஊழியர்களோடும் நாம் சண்டையிடுகிறோம்.

உற்சாகம், கோபம், மனச்சோர்வு, மகிழ்ச்சி போன்ற உணர்ச்சிகளை நீங்கள் விரும்பினாலும் சரி, அல்லது போதைப் பொருட்கள் மற்றும் மதுவிலிருந்து கிடைக்கின்ற உணர்வுகளை நீங்கள் விரும்பினாலும் சரி, உங்கள் ஓட்டுமொத்த உடலும் அவற்றுக்காக ஏங்குவதால்தான் நீங்கள் அவற்றைப் பெரிதும் விரும்புகிறீர்கள், அவற்றுக்கு அடிமையாகிறீர்கள்.

மகிழ்ச்சியை அனுபவிக்கத் தயாராக இருங்கள்

"உங்கள் சொந்த மனத்தைக் கட்டுப்படுத்துவதில்தான் மேன்மைத்துவம் அடங்கியுள்ளது."

- அதிஷா

நீங்கள் உங்கள் சிந்தனையாலும் உணர்வுகளாலும் உருவாக்கப்படுகிறீர்கள் என்பது உண்மை. நல்ல மனநிலைகளுக்கு எளிதாக உட்படக்கூடிய ஓர் உடலை உருவாக்குவதற்கு உங்களுடைய உணர்ச்சிகளையும் எண்ணங்களையும் உங்களால் பயன்படுத்த முடியும். அதற்கு ஒரே ஒரு வழிதான் இருக்கிறது. நீங்கள் நல்லவிதமாக உணர வேண்டும்! மகிழ்ச்சிக்கு எளிதாக உட்படக்கூடிய, வருத்தத்திற்கு அவ்வளவு எளிதில் உட்படாத ஓர் உடலை உருவாக்குவதற்கான வழி மகிழ்ச்சியாக இருப்பதுதான்.

சரியான நம்பிக்கையை உங்களுக்குள் வளர்த்துக் கொள்ள வேண்டியது ஏன் அவசியம் என்பதற்கு இன்னொரு முக்கியக் காரணம் இருக்கிறது. ஒரு கற்பனையான நிகழ்வுக்கும் ஓர் உண்மையான நிகழ்வுக்கும் இடையேயான வேறுபாட்டை உங்கள் மூளையால் உணர்ந்து கொள்ள முடியாது. ஒரு கரும்பலகையில் ஒரு சாக்பீஸ் உருவாக்குகின்ற 'கிறீச்' என்ற சத்தத்தைக் கற்பனை செய்யும்போது சிலருடைய உடல் நடுங்குவதை நீங்கள் பார்த்திருப்பீர்கள். ஓர் எலுமிச்சம்பழத்தின் சுவையைப் பற்றிச் சிந்திக்கும்போது சிலருடைய முகம் அஷ்டகோணலாக ஆவதை நீங்கள் பார்த்திருப்பீர்கள். கனவுகள் இன்னொரு நல்ல எடுத்துக்காட்டு. ஒரு கனவில் உள்ள நிகழ்வுகள் உங்களை அச்சுறுத்தும்போது, அவை உங்கள் வாழ்வில் நிஜமாகவே நிகழ்ந்து கொண்டிருந்தால் நீங்கள் எவ்வளவு பயப்படுவீர்களோ அதே அளவு பயத்தை நீங்கள் அனுபவிப்பீர்கள்.

ஹார்வர்டு பல்கலைக்கழகத்தைச் சேர்ந்த ஆராய்ச்சியாளர்கள், மூளை ஸ்கேனர் ஒன்றைப் பயன்படுத்திச் சிலரை ஓர் ஆய்வுக்கு உட்படுத்தியபோது, ஒரு மரத்தின் புகைப்படத்தைப் பார்ப்பதும் அந்த மரத்தைக் கற்பனை செய்வதும் மூளையில் ஒரே பகுதிகளைத் தூண்டியதைக் கண்டுபிடித்தனர். அதேபோல, உங்களுக்கு ஏற்பட்டுள்ள ஒரு நோய் குணப்படுத்தப்படக்கூடிய ஒன்று என்று நீங்கள் கற்பனை செய்யும்போது, உங்கள் உடலும் நோயெதிர்ப்பு அமைப்புமுறையும் உங்கள் மனமும் குணமாக்கும் ஆற்றலை விடுவித்து, உங்கள் நோய் குணமாவதற்கு வழி வகுக்கின்றன.

உங்கள் மனம் சக்திவாய்ந்தது. "உங்கள் மனம் எதைப் பற்றிச் சிந்திக்கிறதோ, அதை அதனால் அடைய முடியும்," என்ற கூற்றை நீங்கள் கேள்விப்பட்டிருப்பீர்கள். "உங்களால் முடியும் என்று நீங்கள் நம்பினாலும் சரி, அல்லது உங்களால் முடியாது என்று நீங்கள் நம்பினாலும் சரி, உங்கள் நம்பிக்கை சரியானதுதான்!" என்று ஹென்றி

ஃபோர்டு கூறினார். ஒரு விஷயம் சாத்தியம் என்று நீங்கள் நம்பினால், அதை அடைவதை நோக்கி நீங்கள் செயல்படத் தொடங்குவீர்கள். ஒரு விஷயம் சாத்தியமில்லை என்று நீங்கள் நம்பினால், நீங்கள் அம்முயற்சியைத் துவக்கக்கூட மாட்டீர்கள். நீங்கள் இந்த மனநிலையில் இருக்கும்போது, உங்களுக்கு உதவி கிடைத்தாலும் அதை நீங்கள் பொதுவாக நிராகரித்துவிடுவீர்கள். ஏனெனில், அந்த இலக்கை அடைவது இயலாத காரியம் என்று நீங்கள் நம்புகிறீர்கள்.

ஏழு ஆண்டுகளுக்கு முன்பு, சுமார் முப்பது வயது இளைஞர் ஒருவரை ஒருசில திருடர்கள் தாக்கினர். அவர்கள் ஒரு கத்தியைக் கொண்டு அவருடைய தோளிலிருந்து முழங்கைவரை கிழித்துவிட்டனர். அவருடைய தசைகள், நரம்புகள், நாளங்கள், தமனிகள் ஆகிய அனைத்தும் அறுபட்டன. அக்காயங்கள் அனைத்தும் ஆறிப் பல ஆண்டுகள் கழித்தும்கூட அவர் தன் கையிலும் தோளிலும் தீவிர வலியை அனுபவித்தார். வலி நிவாரணம் வேண்டி மருத்துவர்களை அவர் அணுகியபோது, அவர்கள் வைக்கோடின் என்ற மருந்தை அவருக்கு எழுதிக் கொடுத்தனர். அது அவருடைய வலியைத் தற்காலிகமாக மரத்துப் போகச் செய்தது, ஆனால் அந்த மருந்தின் வீரியம் குறைந்தவுடன், வலி மீண்டும் திரும்பியது. எனவே, அவர் தொடர்ந்து அந்த மருந்தை உட்கொண்டார்.

அதன் விளைவாக, அவர் அந்த மருந்துக்கு அடிமையானார். ஆனால் அவர் அதிலிருந்து மீள விரும்பியதால், நரம்பியல் அறுவைச் சிகிச்சை நிபுணர்களையும் மனநல மருத்துவர்களையும் சந்தித்து அவர்களுடைய உதவியை அவர் வேண்டினார். மூன்று ஆண்டுகளின் ஊடாகப் பதினைந்து மருத்துவர்களை அவர் சந்தித்தும்கூட அவருக்கு எந்த நிவாரணமும் கிடைக்கவில்லை. அவர் கடைசியாகச் சந்தித்த மருத்துவர், அவரிடம், "உங்களுக்கு நரம்புக் கோளாறு இருக்கிறது. உங்கள் கையில் உள்ள நரம்புகள் சிதைவடைந்து கொண்டிருக்கின்றன. உங்கள் எஞ்சிய வாழ்நாள் முழுவதும்

உங்கள் வலி நீடிக்கும். வலி நிவாரண மருத்துவமனைக்குச் செல்லுமாறு நான் உங்களுக்குப் பரிந்துரைக்கிறேன்," என்று கூறினார். இதைக் கேட்டவுடன் அவர் மனம் தளர்ந்தார். ஆனால், தனக்கு நிரந்தர நிவாரணம் கிடைக்காது என்று மருத்துவர்கள் கூறியதை அவர் நம்ப மறுத்தார்.

கலிபோர்னியாவிலுள்ள மலிபூ நகரில் நான் நிறுவியுள்ள 'பேஸேஜஸ்' என்ற சிகிச்சை மையத்தை சுமார் மூன்று ஆண்டுகளுக்கு முன்பு அவர் தொடர்பு கொண்டு என்னிடம் பேசினார். இந்த மையம், போதைப் பழக்கங்களிலிருந்து விடுபடுவதற்குச் சிகிச்சையளிக்கின்ற ஒன்று. நான் எங்கள் மையத்தில் இயங்கிக் கொண்டிருக்கும் மறுவாழ்வுத் திட்டத்தைப் பற்றியும், அக்குபஞ்சர், அக்குபிரெஷர் ஆகிய கலைகளிலும் பாரம்பரியச் சீன மருத்துவத்திலும் வல்லுனரான டாகர் லின் ஹமாகுசியைப் பற்றியும் அவரிடம் கூறிவிட்டு, எங்கள் மையத்திற்கு வரும்படி நான் அவரை அழைத்தேன். டாக்டர் லின்னால் அவரை நிச்சயமாக குணப்படுத்த முடியும் என்று நான் அவரிடம் கூறினேன்.

அவர் என் வார்த்தையை நம்பி எங்கள் திட்டத்தில் சேர்ந்தார். டாக்டர் லின் அவருக்கு அளித்த முதல் சிகிச்சையில் அவருடைய வலியின் பெரும்பகுதி குறைந்தது. அதைத் தொடந்து, வைக்கோடின் பழக்கத்திலிருந்து அவரால் சுலபமாக விடுபட முடிந்தது. ஏனெனில், அவருக்குத் தன் வலியைக் குறைக்க வேண்டிய தேவை இனியும் இருக்கவில்லை. ஆனால் அவர் இன்னும் பல சிகிச்சைகளுக்கு உடன்பட வேண்டியிருந்தது. ஒரு நிவாரணம் தேடி மூன்று ஆண்டுகள் அவர் அலைந்து திரிந்திருந்ததால் ஏற்பட்ட இழப்பின் வேதனையிலிருந்து அவர் விடுபட வேண்டியிருந்தது.

முன்பு அவர் சந்தித்திருந்த நரம்பியல் வல்லுனர்களும் மனநல நிபுணர்களும் அவரிடம் கூறியிருந்த விஷயங்களை அவர் நம்பியிருந்தால் அவருடைய வாழ்க்கை என்னவாகியிருக்கும் என்று சற்றுக் கற்பனை செய்து

பாருங்கள். அவர் வேறு சிகிச்சைகளைத் தேடிச் சென்றிருக்க மாட்டார், இன்னும் தன் வலியுடன் போராடிக் கொண்டிருந்திருப்பார், வைக்கோடினுக்கு இன்னும் அடிமையாகி இருந்திருப்பார். ஆனால், இன்று அவர் அந்த அடிமைப் பழக்கத்திலிருந்து முற்றிலுமாக விடுபட்டுவிட்டார்.

மதிப்புவாய்ந்த தோழர்கள்

"மதிப்புவாய்ந்த நபர்களுடன் மட்டுமே தொடர்பு வைத்திருங்கள்."

– டோஜென்

வாழ்வில் நீங்கள் எதைச் சாதிக்க முயற்சித்துக் கொண்டிருந்தாலும் சரி, உங்கள் இலக்கும் நீங்கள் நம்புகின்ற விஷயங்களும் சாத்தியம்தான் என்று நம்புகின்ற மக்கள் உங்களைச் சூழ்ந்திருக்கும்படி பார்த்துக் கொள்ள வேண்டியது இன்றியமையாதது. நானும் என் மகனும் சேர்ந்து பேஸேஜஸ் மறுவாழ்வு மையத்தைத் துவக்கினோம். மக்கள் தங்களுடைய போதைப் பழக்கத்திலிருந்து விடுபடுவதற்கு அவர்களுக்குச் சிகிச்சையளிக்கின்ற எங்களுடைய மையத்தின் வெற்றி விகிதம் வேறு எந்தவொரு மையத்தின் வெற்றி விகிதத்தையும்விட மிக உயர்ந்ததாக இருக்கிறது. மூன்று நடவடிக்கைகளைக் கொண்ட ஒரு திட்டத்தை நாங்கள் உருவாக்கியிருக்கிறோம். அவற்றில் ஒன்று, மனம் மற்றும் நம்பிக்கைகளின் சக்தியை மட்டுமே அடிப்படையாகக் கொண்டது. இந்த நடவடிக்கை, எங்களுடைய சிகிச்சை மையத்திற்கு வருகை தருகின்றவர்களின் வெற்றிக்கு இன்றியமையாதது.

ஒரு நோயாளி எங்கள் மையத்திற்குள் நுழைந்தவுடன், அவர் எங்களிடம் சிகிச்சை பெற்று வீடு திரும்பும்போது கச்சிதமான ஆரோக்கியத்துடனும் வாழ்க்கை குறித்தப் புதிய உற்சாகத்துடனும் அவர் எங்களிடமிருந்து விடைபெற்றுச்

செல்லுவார் என்று நானும் என்னுடைய சிகிச்சைக் குழுவினரும் எங்கள் மனத்தில் பிரகடனம் செய்கிறோம். சிகிச்சை வெற்றிகரமாக அமைவதற்கு எங்களிடம் சிகிச்சை பெற வந்துள்ளவருடைய மனப்போக்கு எந்த அளவுக்கு முக்கியமோ, அவருக்குச் சிகிச்சையளிக்கின்ற எங்களுடைய மனப்போக்கும் அதே அளவுக்கு முக்கியம் என்பதை அனுபவரீதியாக நாங்கள் கண்டுகொண்டுள்ளோம். ஒருவரை குணப்படுத்த முடியும் என்ற நம்பிக்கை இல்லாத சிகிச்சையாளர்கள் அவர் குணமாவதைப் பற்றிப் பேச மாட்டார்கள், அவரை குணப்படுத்துவதற்கான ஒரு வழியைத் தேட மாட்டார்கள். பொதுவாக அவர்கள் அந்த நோயாளியை குணப்படுத்துவதில் தோல்வியடைவார்கள். அதைவிட மோசமான விஷயம் என்னவென்றால், அவர்கள் எந்த நோயாளிகளுக்குச் சிகிச்சையளித்துக் கொண்டிருக்கின்றனரோ, அவர்கள் குணமடைவது சாத்தியமில்லை என்ற ஒரு நம்பிக்கையை அவர்களுடைய மனங்களில் இந்தச் சிகிச்சையாளர்கள் ஆழமாகப் பதித்து அவர்களுடைய மனங்களில் நஞ்சைக் கலந்துவிடுகின்றனர். அதாவது, அந்நோயாளிகள் தங்களுடைய எஞ்சிய வாழ்நாள் முழுவதும் போதைப் பழக்கத்திற்கோ அல்லது மதுப் பழக்கத்திற்கோ அடிமைப்பட்டுக் கிடப்பதுதான் அவர்களுடைய தலையெழுத்து என்ற மோசமான நம்பிக்கையை அச்சிகிச்சையாளர்கள் அந்நோயாளிகளின் மனங்களில் விதைத்துவிடுகின்றனர்.

இந்த நம்பிக்கை, தங்களைத் தாங்களே அழித்துக் கொள்ளுகின்ற ஒரு மனப்போக்கை அந்த நோயாளிகளிடம் உருவாக்கிவிடுகிறது. இதனால் அவர்களால் தங்கள் முயற்சியில் வெற்றி பெற முடியாமல் போய்விடுகிறது. ஆனால், "நீங்கள் குணமடைய வாய்ப்பில்லை," என்று ஒரு சிகிச்சையாளர் ஒரு நோயாளியிடம் கூறி அவருடைய மனத்தில் நஞ்சைக் கலக்க முயற்சிக்கும்போது, அந்த நோயாளி கடுங்கோபம் கொண்டு, அந்தச் சிகிச்சையாளரின் கருத்தை ஏற்க மறுத்துவிட்டு, அவருடைய எண்ணம் தவறு

என்று நிரூபிக்கும் நடவடிக்கையில் இறங்கும்போது மட்டும் அந்த நஞ்சு ஒரு நேர்மறையான விளைவை ஏற்படுத்துகிறது.

நீங்கள் நோய்வாய்ப்பட்டிருப்பதாக வைத்துக் கொள்ளுவோம். குணமடையும் நிலையை நீங்கள் கடந்துவிட்டீர்கள் என்று உங்கள் மருத்துவர்கள் உறுதியாகக் கூறினால், உங்களுக்குக் கொடுக்கப்படும் சிகிச்சையில் வெற்றி பெற நீங்கள் உங்களால் இயன்ற அளவுக்குக் கடுமையாக முயற்சிப்பீர்களா? உங்களால் நலமடைய முடியாது என்று நம்புகின்ற ஒரு சிகிச்சையாளரிடமிருந்து எத்தகைய சிகிச்சையை உங்களால் எதிர்பார்க்க முடியும்? "ஒருவர் ஒருமுறை ஒரு பொருளுக்கு அடிமையாகிவிட்டால், அதிலிருந்து அவரால் ஒருபோதும் மீளவே முடியாது," என்ற நம்பிக்கையைக் கொண்டுள்ள உளவியலாளர்களும் மனநல மருத்துவர்களும் ஆலோசகர்களும் உங்களைச் சூழ்ந்திருந்தால், அவர்கள் கொடுக்கின்ற சிகிச்சைகளுக்கு உங்கள் உடலும் மனமும் எப்படிச் செயல்விடை அளிக்கும் என்று நீங்கள் நினைக்கிறீர்கள்? நீங்கள் இந்த மறுவாழ்வு மையத்திற்கு மீண்டும் மீண்டும் வரத்தான் போகிறீர்கள் என்ற நினைப்புடன் அவர்கள் உங்களுக்குச் சிகிச்சையளித்தால் நீங்கள் குணமடைவீர்கள் என்று நீங்கள் நினைக்கிறீர்களா?

அவர்கள் கூறுவதைக் கேட்டு நீங்கள் உடனடியாக நம்பிக்கை இழந்துவிடுவீர்கள். அது மிகவும் வருத்தமானதொரு விஷயம். ஏனெனில், ஒரு நோயிலிருந்து முழுமையாக குணமடைந்து ஓர் இயல்பான மற்றும் ஆரோக்கியமான வாழ்க்கைக்குத் திரும்புவதற்கு நம்பிக்கை மிகவும் சக்திவாய்ந்த ஒரு தூண்டுதலாகும்.

ஆனால், தங்கள் நோயாளிகளால் குணமடைய முடியும் என்று நம்புகின்ற மருத்துவர்களும் சிகிச்சையாளர்களும் அவர்கள் நலமடைவதைப் பற்றிப் பேசுவர், அவர்களை குணப்படுத்துவதற்கான வழிகளைத் தேடுவர், இறுதியில் அவர்களை எப்படியும் குணப்படுத்துவர். மிக முக்கியமாக, தங்கள் நோயாளிகளால் பரிபூரணமாக குணமடைய முடியும் என்ற ஒரு நேர்மறையான நம்பிக்கையை அவர்கள்

அந்நோயாளிகளின் மனங்களில் விதைப்பர். அந்த நம்பிக்கை அந்நோயாளிகளின் மனங்களுக்கு வலுவூட்டி, அவர்கள் குணமடைவதற்கான பாதையைத் திறந்துவிடும். எங்கள் மையத்தில் உள்ள ஒவ்வொரு சிகிச்சையாளரும், எங்களிடம் வரும் நோயாளிகள் ஒவ்வொருவரும் பரிபூரணமாக நலமடைவது போன்ற ஒரு காட்சியைத் தங்கள் மனங்களில் பதிக்கின்றனர். இது எங்களுடைய அமோகமான வெற்றியில் ஒரு முக்கியப் பங்கு வகிக்கிறது என்று நான் நம்புகிறேன்.

நீங்கள் உங்கள் வாழ்வில் எந்தவொரு விஷயத்தில் வெற்றி பெறுவதற்கும் இந்த நேர்மறையான நம்பிக்கை வெகுவாக உதவும். உங்களுடைய இலக்குகள்மீதும் வாழ்க்கை குறித்து நீங்கள் கொண்டுள்ள நேர்மறையான கண்ணோட்டத்தின்மீதும் நம்பிக்கையில்லாத மக்கள் உங்களைத் தொடர்ந்து ஊக்கமிழக்கச் செய்து கொண்டே இருந்தால், உங்களால் வெற்றி பெற முடியும் என்ற நம்பிக்கையையும், உங்களால் மகிழ்ச்சியாக இருக்க முடியும் என்ற நம்பிக்கையையும் உங்கள் மனத்தில் தக்கவைத்துக் கொள்ளுவது மிகச் சிரமமானதாக இருக்கும்.

6

பிரபஞ்சத்தில்
உள்ள
உண்மைகள்

"பொருட்களின்
இயல்பை
மதியுங்கள்.
அப்போது
உங்களால்
சுதந்திரமாகவும்
இடையூறு
இல்லாமலும்
நடக்க முடியும்."

- செங் சான்

6 | பிரபஞ்சத்தில் உள்ள உண்மைகள்

ஒரு மகிழ்ச்சியான வாழ்க்கையை வாழுவது எப்படி என்பதைக் கற்றுக் கொள்ளுவதற்குப் பண்டைய சாதுக்கள் இயற்கையை நாடினர். இறுதியில் அந்த ரகசியத்தைத் தெரிந்து கொண்ட அவர்கள், இயற்கையுடன் ஒன்றரக் கலந்து இணக்கமாக வாழுவதுதான் உள்ளார்ந்த அமைதியை உணருவதற்கான வழி என்று மக்களுக்குக் கற்றுக் கொடுத்தனர். இயற்கையையும் பிரபஞ்ச விதிகளையும் புரிந்து கொள்ளுவது நீங்கள் உங்கள் சொந்த இயல்பைப் புரிந்து கொண்டு, வாழ்வின் சுழற்சிகளுக்கு ஏற்ப வளைந்து கொடுத்து, மகிழ்ச்சி எனும் இலக்கை அடைவதைப் புரிந்து கொள்ள உங்களுக்கு உதவும்.

பிரபஞ்ச உண்மையின் அடிப்படையில் உங்களுக்கென்று ஒரு புதிய தனிப்பட்டத் தத்துவத்தை உருவாக்கிக் கொள்ளுவது எப்படி என்பதை இந்த அத்தியாயத்தில் நீங்கள் தெரிந்து கொள்ளுவீர்கள். அந்தத் தத்துவத்தை அடிப்படையாகக் கொண்டு நீங்கள் செயல்படும்போது அது மகிழ்ச்சியை உருவாக்குகிறது. விதிவிலக்கின்றி இது ஒவ்வொரு முறையும் சிறப்பாகப் பலனளிக்கிறது.

எதிர்காலம் உறுதியற்றதாகவும் அச்சுறுத்துவதாகவும் நம்ப முடியாததாகவும் உங்களுக்குத் தோன்றக்கூடும். நீங்கள் ஒரு குதிரை வண்டியில் அமர்ந்து கொண்டு,

அக்குதிரையை எப்படிக் கட்டுப்படுத்துவது என்று தெரியாமல் திருதிருவென்று முழித்துக் கொண்டிருப்பதைப் போன்றது இது. அக்குதிரை உங்கள் வண்டியைக் குடைசாய்த்து உங்களைக் கீழே தள்ளிவிடுமா, அல்லது உங்கள் வண்டியை ஒரு செங்குத்தான பாறையிலிருந்து கீழ்நோக்கி இழுத்துக் கொண்டு ஓடுமா, அல்லது நீங்கள் சென்றடைய வேண்டிய இடத்திற்கு அது உங்களைக் கொண்டு சேர்க்குமா என்று உங்களுக்குத் தெரியாது.

அக்குதிரையை எப்படி இயக்குவது, எப்படிக் கையாளுவது அல்லது எப்படி இழுத்துப் பிடித்து நிறுத்துவது என்பது தெரியாமல் நீங்கள் அச்சம் கொள்ளக்கூடும். ஆனால் கடிவாளத்தின் உதவியுடன் உங்கள் குதிரையை எப்படிக் கையாள வேண்டும் என்பதையும், அதை எப்படிக் கட்டுப்படுத்த வேண்டும் என்பதையும் நீங்கள் தெரிந்து கொண்டுவிட்டால், பிறகு அது உங்கள் சொற்படி நடக்கும், நீங்கள் இழுத்த இழுப்புக்கெல்லாம் வரும், நீங்கள் சென்றடைய விரும்புகின்ற இடத்திற்கு உங்களைக் கொண்டு போய்ச் சேர்க்கும். இப்போது உங்கள் பயணம் உங்கள் கட்டுப்பாட்டில் இருப்பதை நீங்கள் உறுதியாக அறிந்திருப்பதால், நீங்கள் ஆசுவாசமாகவும் நம்பிக்கையோடும் பயணிப்பீர்கள். உங்களுடைய தனிப்பட்டத் தத்துவம் பிரபஞ்ச உண்மையின் அடிப்படையில் அமைந்திருக்கும்போது உங்களுடைய வாழ்க்கையும் இப்படித்தான் இருக்கும். வாழ்வில் நீங்கள் விரும்புகின்ற சூழல்களை உருவாக்குவதற்கு நீங்கள் என்ன நடவடிக்கைகளை மேற்கொள்ள வேண்டும் என்பதை நீங்கள் அறிந்திருப்பீர்கள் என்பதால் உங்களுக்கு ஏமாற்றம் ஏற்படாது.

இந்த இயற்கை விதிகள் இதுவரை உங்களுக்குத் தெரிந்திருக்கவில்லை என்றால் அது குறித்து நீங்கள் கவலை கொள்ளத் தேவையில்லை. பிரபஞ்ச விதியின் அடிப்படையில் அமைந்த ஒரு தத்துவத்தை நீங்கள் இப்போது உங்கள் வாழ்க்கையில் செயல்படுத்தினால்,

நீங்கள் கற்பனை செய்திராத அளவு மகிழ்ச்சியை அது கொண்டுவரும். நீங்கள் இதுவரை ஒரு காரைப் பின்னோக்கி ஓட்டியபடி உங்கள் வாழ்க்கையைச் செலவிட்டு வந்திருந்து, திடீரென்று, அதை வேகமாக முன்னோக்கிச் செலுத்தக்கூடிய கியர்கள் இருப்பதை நீங்கள் கண்டறிந்தால் நீங்கள் எப்படி உணருவீர்களோ, அத்தகைய உணர்வை நீங்கள் அனுபவிப்பீர்கள்.

பிரபஞ்சம் எப்படி இயங்குகிறது என்பதைப் புரிந்து கொள்ளுவதற்கு அதன் இயல்பைப் புரிந்து கொள்ள வேண்டியது அவசியமாகும். பிரபஞ்சத்துடன் இணக்கமாக வாழ்ந்து வந்துள்ள கிழக்கத்திய நாடுகளைச் சேர்ந்த சாதுக்கள் ஓர் உண்மையை உணர்ந்து கொண்டுள்ளனர்: நட்சத்திரங்களும் மலைகளும் பெருங்கடல்களும் மாபெரும் விண்மீன் மண்டலங்களும் எப்படிப் பிரபஞ்சத்துடன் ஐக்கியமாக இருக்கின்றனவோ, அதேபோல நாமும் பிரபஞ்சத்துடன் ஒன்றரக் கலந்திருக்கிறோம், அதிலிருந்து பிரிக்கப்பட முடியாத ஒரு பகுதியாக நாம் இருக்கிறோம். நம்முடைய கைகள் எப்படி நம்முடைய ஒரு பகுதியாக இருக்கின்றனவோ, அதேபோல நாம் பிரபஞ்சத்தின் ஒரு பகுதியாக இருக்கிறோம். நம் கைகள் தொடுகின்றவற்றை எப்படி நம்மால் உணர முடிகிறதோ, அதேபோல நாம் அனுபவிக்கின்ற அனைத்தையும் பிரபஞ்சம் அறிந்துள்ளது. ஏனெனில், நாம் அதன் ஒரு பகுதியாக இருக்கிறோம்.

எல்லாமே ஒரே ஆற்றல் குவியலில் இருந்துதான் உருவாக்கப்படுகிறது. அவற்றின் தோற்றம் வேறுபட்டு இருக்கலாம், ஆனால் எல்லாமே ஒன்றுதான்.

பிரிவு என்பது ஒரு மாயை.

சுவாமி விவேகானந்தர் 'ஞான யோகா' என்ற தன்னுடைய நூலில் இவ்வாறு குறிப்பிட்டுள்ளார்: "ஒரே வாழ்க்கை, ஒரே உலகம், ஒரே இருத்தல்தான் இருக்கின்றது. எல்லாமே ஒன்றுதான். அலைக்கும் கடலுக்கும் இடையே ஏதேனும் உண்மையான வேறுபாட்டை யாராலேனும்

கண்டுபிடிக்க முடியுமா? ஒட்டுமொத்தப் பிரபஞ்சமும் அந்த ஒரே இருத்தல்தான். பெயரும் வடிவமும்தான் இத்தனை வேறுபாடுகளை உருவாக்கியுள்ளன." அதேபோல, நம்முடைய மனம்தான் பிரிவு எனும் மாயையை உருவாக்குகிறது என்றும், நம்முடைய மனத்தால் அந்த மாயையிலிருந்து நம்மை விடுவிக்க முடியும் என்றும் புத்தமத நூலான பார்டோ தோடால் கூறுகிறது. மேலும், "மாயை என்பது பொய். இருமை இயல்புகள் அனைத்தையும் கடந்த ஒரு மனநிலைதான் நம்மை விடுவிக்கிறது. மீண்டும் மீண்டும் உங்கள் சொந்த மனத்திற்குள் சென்று தேடுங்கள்," என்று அது கூறுகிறது.

அதே உண்மையை, 2,500 ஆண்டுகளுக்கு முன்பு வாழ்ந்த சீனத் தத்துவவியலாளரான லா சூ, 'தாவோ தே சிங்' என்ற தன்னுடைய நூலில் இவ்வாறு வெளிப்படுத்தியுள்ளார்: "இருத்தல் என்பது வார்த்தைகளால் விவரிக்கப்படுவதற்கு அப்பாற்பட்டது. ஒருவன் உணர்ச்சிவசப்படாமல் தன் வாழ்க்கையின் மையத்தைப் பார்த்தாலும் சரி, அல்லது உணர்ச்சிமயமாக அதன் மேற்பரப்பைப் பார்த்தாலும் சரி, மையமும் மேற்பரப்பும் ஒன்றுதான். அவற்றின் தோற்றத்தை விவரிப்பதற்குப் பயன்படுத்தப்படுகின்ற வார்த்தைகள்தான் அவை வேறுபட்டவை என்ற எண்ணத்தைக் கொடுக்கின்றன."

உங்களுடைய தனிப்பட்டத் தத்துவம்

நாம் பிறப்பதற்கு முன்பாகவே இவ்வுலகம் இருந்து வந்துள்ளது. நம்முடைய பூமியையும் அதைச் சுற்றியுள்ள அனைத்தையும் கட்டுப்படுத்தி ஆட்டுவிக்கின்ற பிரபஞ்ச

விதிகளும் நமக்கு முன்பாகவே இருந்து வந்துள்ளன. நாம் வாழுகின்ற காலம் முழுவதும் அவை இயங்கிக் கொண்டிருக்கும். நம்முடைய காலத்திற்குப் பின்பும் அவை இயங்கிக் கொண்டிருக்கும்.

நாம் இவ்வுலகில் பிறந்தவுடன், அவ்விதிகள் தம்மை நமக்கு அறிமுகப்படுத்திக் கொண்டன. நம்மால் ஒரு மரத்தின் ஊடாக நடந்து செல்ல முடியும் என்று நினைத்து நாம் அதை முயற்சித்தபோது, அது சாத்தியமில்லை என்பதை விரைவில் நாம் கண்டுகொண்டோம். பறவைகளைப்போல நம்மால் பறக்க முடியும் என்று நினைத்து ஓர் உயரமான இடத்திலிருந்து நாம் கீழே குதித்தபோது, அது நமக்குச் சாத்தியமில்லை என்பதை நாம் புரிந்து கொண்டோம். மக்களிடம் அடாவடித்தனம் செய்வதன் மூலம் நம்மால் நண்பர்களைச் சம்பாதிக்க முடியும் என்று நாம் நினைத்து அதை முயற்சித்தபோது, அது வேலை செய்யவில்லை என்பதை நாம் கண்டுகொண்டோம். மாறாக, நம்முடைய அடாவடித்தனத்தின் காரணமாக மக்கள் நம்மை வெறுத்தனர் என்பதை நாம் உணர்ந்து கொண்டோம். நாம் யாருக்கேனும் ஏதேனும் நல்லது செய்தபோது அதற்காக நாம் மெச்சப்பட்டதை நாம் பார்த்தோம். இவ்விதமாகத்தான் நண்பர்களை வென்றெடுக்க முடியும் என்பதை நாம் அறிந்து கொண்டோம்.

மனிதனால் உருவாக்கப்பட்ட விதிகளைப் போலன்றி, பிரபஞ்ச விதிகளை யாராலும் தவிர்க்க முடியாது. நம்மைப் பொருத்தவரை அது ஒரு நல்ல விஷயம். ஏனெனில், அவற்றை நம்மால் சார்ந்திருக்க முடியும். அவற்றால் நமக்கு எந்தவிதமான ஏமாற்றமும் ஏற்படாது. இப்படிப்பட்டப் பிரபஞ்ச விதிகளில் ஒன்றான 'காரணமும் அதன் விளைவும்' விதி இவ்வாறு அமைந்துள்ளது: "ஒவ்வொரு வினையும் ஓர் எதிர்வினையை உருவாக்குகிறது. அந்த எதிர்வினையானது அந்த வினைக்கு ஏற்றவாறு துல்லியமாக அமைகிறது." நீங்கள் ஒரு குளத்திற்குள் ஒரு கல்லை எறியும் ஒவ்வொரு முறையும் அது சிற்றலைகளை உருவாக்கும். கல் எவ்வளவு

பெரிதாக இருக்கிறதோ, சிற்றலைகள் அவ்வளவு பெரிதாக இருக்கும். நீங்கள் ஒரு மாமரத்தை நட்டு வைத்தால், அதிலிருந்து மாம்பழங்கள்தான் உங்களுக்குக் கிடைக்குமே அன்றி ஆப்பிள்கள் அல்ல. நீங்கள் அளவுக்கதிகமாகச் சாப்பிட்டால், உங்கள் உடல் பருமனடையும். நீங்கள் ஓர் அற்ப மனிதராக இருந்தால், உங்களுக்கு நண்பர்கள் இருக்க மாட்டார்கள். நீங்கள் உங்கள் உடலுக்குத் தேவையான ஊட்டச்சத்துக்களைக் கொடுக்க மறுத்தால், நீங்கள் நோயுறுவீர்கள். நீங்கள் அனுபவிக்கின்ற பின்விளைவுகளின் வாயிலாக உண்மை தன்னைத் தானே உங்களிடம் வெளிப்படுத்திக் கொள்ளும்.

நீங்கள் இப்போது பெரும்பான்மையான நேரம் மகிழ்ச்சியாக இல்லை என்றால், உங்களுக்கு மகிழ்ச்சியளிக்கும் என்று நீங்கள் நம்புகின்ற ஒரு விஷயத்தை நீங்கள் சார்ந்திருக்கிறீர்கள், ஆனால் அது இப்போது உங்கள் வசம் இல்லை என்பது அதற்கான காரணமாக இருக்கலாம். அல்லது, உங்கள் வாழ்வில் உள்ள ஒரு குறிப்பிட்டச் சூழல் உங்களுக்கு வருத்தத்தை ஏற்படுத்திக் கொண்டிருக்கக்கூடும். அது, மகிழ்ச்சியற்று இருத்தல் எனும் பழக்கமாக இருக்கலாம். இது உண்மை. நம்மில் பலர் நீண்டகாலமாக மகிழ்ச்சியற்று இருந்து வந்துள்ளதால், மகிழ்ச்சியின்மை நமக்கு ஒரு பழக்கமாகவும் ஓர் இயல்பான நிலையாகவும் ஆகியுள்ளது. காரணமும் அதன் விளைவும் விதியின் அடிப்படையில், மகிழ்ச்சிக்கான உண்மையான காரணத்தை உங்களால் கண்டுபிடிக்க முடிந்தால், அந்தக் காரணத்தை நீங்கள் செயல்படுத்தலாம். இதன் விளைவாக நீங்கள் நிச்சயமாக மகிழ்ச்சியைக் கைவசப்படுத்துவீர்கள். அதைவிட முக்கியமாக, உங்கள் மகிழ்ச்சியின்மைக்கான காரணத்தை உங்களால் கண்டுபிடிக்க முடிந்தால், அச்சூழ்நிலையை உருவாக்குகின்ற விஷயங்களைத் தவிர்ப்பதற்கான வழிகளை உங்களால் கற்றுக் கொள்ள முடியும்.

சுருக்கமாகக் கூறினால், உங்களுடைய தனிப்பட்டத் தத்துவம் பிரபஞ்ச விதியுடன் இணக்கமாக இல்லாமல் போனால், மகிழ்ச்சியாக இருப்பதற்கு நீங்கள் மேற்கொள்ளுகின்ற முயற்சிகள் வெற்றி பெற வாய்ப்பில்லை. ஒரு சுத்தியலைக் கொண்டு உங்களுடைய தலையில் மீண்டும் மீண்டும் ஓங்கி அடிப்பதுதான் தலைவலியிலிருந்து மீளுவதற்கான ஒரே வழி என்று நீங்கள் நம்பினால், பிரபஞ்சம் வேலை செய்யும் விதம் அதுவல்ல என்பதை விரைவில் நீங்கள் கண்டறிவீர்கள்.

பிரபஞ்ச விதியுடன் இணக்கமாக இல்லாத ஓர் அனுமானத்தின் அடிப்படையில் உங்கள் நம்பிக்கை அமைந்திருப்பதால், தலைவலியைப் போக்குவதற்கான உங்கள் முயற்சிகள் தோற்கும் என்பதோடு, மேலும் கூடுதலாக உங்களுக்கு நீங்களே தீங்கிழைத்துக் கொள்ளுவீர்கள். நீங்கள் உங்களுக்கென்று நிர்ணயித்துள்ள ஓர் இலக்கைத் தவறான வழியில் அடைய முயற்சித்தால் எப்படி அம்முயற்சியில் நீங்கள் தோற்றுப் போவீர்களோ, அதேபோல, தவறான வழியில் மகிழ்ச்சியைக் கைவசப்படுத்த நீங்கள் முயற்சித்தால் அதிலும் நீங்கள் தோற்றுவிடுவீர்கள்.

பிரபஞ்ச உண்மையின் அடிப்படையில் அமைந்துள்ள ஒரு தனிப்பட்டத் தத்துவமானது உங்கள் வாழ்வில் நீங்கள் எதிர்கொள்ளும் ஒவ்வொரு நிகழ்வையும் நீங்கள் வெற்றிகரமாகக் கையயாள உங்களுக்குப் பெரிதும் உதவும்.

தவறான தீர்மானங்கள் மேற்கொள்ளுவதிலிருந்தும், எண்ணற்றத் துயரங்களிலிருந்தும், வீணாகத் துன்புறுவதிலிருந்தும் அது உங்களைப் பாதுகாக்கும். எந்த நிகழ்வுகள் குறித்து வாரக்கணக்கிலும் மாதக்கணக்கிலும் ஆண்டுக்கணக்கிலும் நீங்கள் கவலைப்பட்டு வந்துள்ளீர்களோ, அவை உங்களுக்கு நிகழ்ந்துள்ள மிகச் சிறந்த நிகழ்வுகள் என்பதை நீங்கள் உணர்ந்து கொள்ள அது உங்களுக்கு உதவும்.

ஒரு சாபமா அல்லது ஓர் ஆசீர்வாதமா?

"பிரபஞ்சத்தை ஒரு ஞானி எவ்வாறு புரிந்து கொள்ளுகிறார்? எதையும் தனித்தனியாகப் பிரித்துப் பார்க்காமல் எல்லாவற்றையும் ஐக்கியப்படுத்திப் பார்ப்பதன் மூலமாகத்தான்!"

– சுவாங் சூ

வேதனையூட்டும் அனுபவங்கள் உட்பட, வாழ்வின் ஒவ்வொரு நிகழ்வும் நீங்கள் தேர்ந்தெடுப்பதற்கு இரண்டு விஷயங்களை மட்டுமே கொடுக்கின்றன: ஒன்று, அந்நிகழ்வு ஒரு சாபம் என்று நீங்கள் கருதலாம், அல்லது அது உங்களுக்குக் கிடைத்துள்ள நல்லதிர்ஷடம் என்று நீங்கள் கூறலாம். இவ்விரண்டில் ஒன்று மட்டுமே நமக்கு மகிழ்ச்சியைக் கொண்டுவரும் என்பதை நான் கற்றுக் கொண்டுள்ளேன். நாம் பிறருக்கு மகிழ்ச்சியைக் கொண்டுவருவதற்கும் அதுதான் ஒரே வழி. மோசமான நிகழ்வுகள் என்று எதுவும் நிகழுவதில்லை என்பதையும் ஒரு தனிப்பட்ட அனுபவத்திலிருந்து நான் கற்றுக் கொண்டேன்.

நானும் என் மகன் பேக்ஸூம் ஒரு பணித்திட்டத்திற்காகப் பெரிய கற்களைச் சேகரித்துக் கொண்டிருந்தோம். நாங்கள் மலிபூ நகரில் ஒரு பள்ளத்தாக்கின் வழியாகக் காரில் சென்று கொண்டிருந்தோம். அப்போது, ஒரு குறுகிய மலையிடுக்கின் விளிம்பில் எட்டு அல்லது ஒன்பது அங்குல நீளத்திற்குச் சாலையை நோக்கி நீண்டிருந்த ஒரு பாறையை நான் கவனித்தேன். நான் என் வண்டியிலிருந்து கீழே இறங்கி அப்பாறையின் அருகே சென்றேன். அது சுமார் இருபது அங்குல நீளம் கொண்டதாக இருந்தது. அது அந்த மலையிடுக்கின் பக்கவாட்டில் உட்பொதிந்து இருந்தது. அந்த மலையிடுக்கு சுமார் முப்பத்தைந்து அடி ஆழம் கொண்டதாக இருந்தது. நான் அந்தப் பாறையைப் பிடித்துக் கொண்டு அந்த மலையிடுக்கினுள் ஏறி, அதன் சுவர்மீது என் காலைப் பதித்தேன்.

சுமார் ஐம்பது கிலோ எடை கொண்ட அப்பாறையை எப்படியோ அந்தச் சுவரிலிருந்து சற்று விடுவித்து, அதை மேலே உந்தித் தள்ளி, சாலையை நோக்கி அதைத் தள்ளிவிட்டேன். ஆனால் அந்த நேரத்தில் என் கால் இடறியதால், நின்ற நிலையில் நான் அந்த மலையிடுக்கினுள் விழுந்தேன். நான் மேல்நோக்கித் தள்ளிய பாறை, சாலையை நோக்கி உருளுவதற்கு பதிலாக மீண்டும் மலையிடுக்கினுள் சரிந்து விழுந்து நேராக என்னை நோக்கி உருண்டு வந்து கொண்டிருந்ததை நான் அறியவில்லை.

அதன் தட்டையான பகுதி நேராக என் தலைமீது வந்து விழுந்து என்னைக் கீழே தள்ளியது. நான் அதிவேகத்தில் முகம் குப்புற விழுந்தேன். என் இடது கையில் இரண்டு எலும்புகள் முறிந்தன. என் கால் மூட்டுக்களில் கடுமையான சிராய்ப்புகள் ஏற்பட்டன. என்னால் மூச்சுவிட முடியவில்லை. என் முதுகெலும்பு அழுத்தப்பட்டதால் நான் முற்றிலுமாக முடக்கப்பட்டேன்.

இந்நிலையில் என் மனத்தில் என்ன ஓடிக் கொண்டிருந்திருக்கும் என்று நீங்கள் நினைக்கிறீர்கள்? அதை நான் கூறுவதற்கு முன்பாக, நான் என் கடந்தகாலத்திற்குள் சென்று பார்த்தாக வேண்டும். அப்போதுதான் நான் கூறவிருக்கும் பதில் உங்களுக்கு அர்த்தம் வாய்ந்ததாக இருக்கும். பிரபஞ்ச உண்மையின் அடிப்படையில் அமைந்த ஒரு தனிப்பட்டத் தத்துவம் என்று நான் கூறுவதன் அர்த்தத்தை அப்போதுதான் உங்களால் புரிந்து கொள்ள முடியும்.

என்னுடைய இளமைப் பருவத்தில் நான் நெறிமுறை அற்றவனாக இருந்தேன். என் தாயார், 1900ல் நியூயார்க் நகரில் ஓர் ஏழை ஜெர்மானியக் குடும்பத்தில் பிறந்தார். அவர் ஒரு பதினைந்து வயதுப் பெண்ணாக இருந்தபோது, வயதில் அவரைவிட மிகவும் மூத்த ஒருவரால் அவர் கற்பழிக்கப்பட்டுக் கருவுற்றார். அந்த நபர் என் தாயாரைத் திருமணம் செய்து கொள்ளும் கட்டாயத்திற்கு ஆளானார். இது என் தாயாருக்கு ஒரு நரக வாழ்க்கையின்

துவக்கமாக அமைந்தது. தன்னைச் சீரழித்ததற்காக என் தாயார் அந்நபரை வெறுத்தார். அந்நபரும் என் தாயாரை வெறுத்தார். ஏனெனில், என் தாயார் தன்னை அவரிடமிருந்து தற்காத்துக் கொள்ளுவதற்காக மிகக் கடுமையாக நடந்து கொள்ளத் தொடங்கினார்.

திருமணத்திற்குப் பிறகு இரண்டு ஆண்டுகளின்போது, என் தாயார், சட்டைகளுக்குப் பொத்தான்களைத் தைத்துக் கொடுத்து அதன் மூலம் சிறிது பணம் சம்பாதித்தார். மூன்று ஆண்டுகளுக்குப் பிறகு அவர் தன் கணவரை விவாகரத்து செய்தார். அதே சமயம், என் தாயார் ஒரு கல்நெஞ்சக்காரராக ஆகியிருந்தார். அவர் பல குற்றங்களில் ஈடுபடத் தொடங்கினார். ஒருசில ஆண்டுகளுக்குள், நியூ ஜெர்ஸி நகரில் கார் திருட்டுக் கும்பல் ஒன்றை உருவாக்கி அதன் தலைவியாக அவர் ஆனார். நியூயார்க் நகரில் ஒரு மோசடிக் கும்பலும் என் தாயாரின் கட்டுப்பாட்டின்கீழ் இயங்கியது. மது விற்பனைக்குத் தடை விதிக்கப்பட்டபோது, என் தாயார் திருட்டுத்தனமாக மது விற்கத் தொடங்கினார். உள்ளூர் கேளிக்கை விடுதிகளுக்கு அவர் திருட்டுத்தனமாக மதுவை விநியோகித்தார்.

பின்னாளில், நான் பிறந்தபோது, தனக்குத் தெரிந்த ஒரே வழியில் அவர் என்னை வளர்த்தார். நானும் அவரைப்போலவே குற்றச் செயல்களில் ஈடுபடத் தொடங்கினேன். தன்னை அம்மா என்று அழைக்க அவர் என்னை ஒருபோதும் அனுமதிக்கவில்லை. நான் அவருடைய பெயரைச் சொல்லியே அவரை அழைக்க வேண்டியிருந்தது. நான் மூன்றரை வயதுக் குழந்தையாக இருந்தபோது, அவர் எனக்குக் கற்றுக் கொடுத்த முதல் பாடம் என்ன தெரியுமா? "ஒருபோதும் உண்மையைக் கூறாதே. முட்டாள்கள்தான் உண்மை பேசுவர். நீ உண்மை பேசினால், அது உன்னைப் பிரச்சனைக்குத்தான் ஆளாக்கும்," என்பதுதான் அது. "ஒரு நல்ல பொய் போதுமானதாக இருக்கும்போது ஒருபோதும் உண்மையைக் கூறாதே," என்பது அவருடைய தாரக மந்திரமாக இருந்தது. எனவே, நான் பொய் கூறினேன்,

ஏமாற்றினேன், திருடினேன். அதற்காக என் தாயார் என்னை மிகவும் பாராட்டினார்.

எனக்கு நான்கு வயதாக இருந்தபோது, கடைகளில் பொருட்களைத் திருட அவர் எனக்குக் கற்றுக் கொடுத்தார். அவருக்குப் பிடித்தமான விளையாட்டுக்களில் ஒன்றாக அது இருந்தது. யாரும் நம்பகமானவர்கள் அல்ல, குறிப்பாகப் பெண்களை நம்பவே கூடாது என்று அவர் என்னிடம் கூறினார். அதிகாரத்திற்கு ஒருபோதும் அடிபணியக்கூடாது என்றும் அவர் எனக்குக் கற்றுக் கொடுத்தார். ஒரே ஒரு விதிதான் இருந்தது என்று கூறிய அவர், "பணம் வைத்திருப்பவர்கள்தான் விதிகளை உருவாக்குகின்றனர்," என்பதுதான் அந்த விதி என்று கூறினார். நான் வளர்ந்தபோது, நேர்மையற்ற வியாபாரப் பரிவர்த்தனைகளில் மட்டுமே நான் ஈடுபட்டேன்.

அதிர்ஷ்டவசமாக, நான் ஒரு புத்தகப் பிரியனாக இருந்தேன். நான் படித்த நூற்றுக்கணக்கான புத்தகங்களில் ஒரு வித்தியாசமான வாழ்க்கைமுறையை நான் கண்டேன். எனக்கு இருபத்தைந்து வயது ஆனபோது, என் அன்புக்குரிய என்னுடைய தாயார் என்னை முற்றிலும் தவறான பாதையில் வழிநடத்தி வந்திருந்ததை நான் படித்தப் புத்தகங்களிலிருந்து நான் உணர்ந்து கொண்டேன். எனக்கும் என்னைச் சுற்றி இருந்தவர்களுக்கும் வருத்தத்தைக் கொண்டுவரக்கூடிய ஒரு பாதையை நான் பின்பற்றிச் சென்று கொண்டிருந்தேன். முதலில் அதை உணர்ந்து கொள்ளுவது கடினமானதாக இருந்தது. ஏனெனில், என் தாயார் மிகவும் வெற்றிகரமானவராக இருந்தார். அரசியல் அதிகாரத்தைப் போன்ற வகையான அதிகாரம் அவருக்கு இருந்தது. அதோடு, அவர் குதூகலமானவராகவும் தாராளமானவராகவும் இருந்தார். நானும் வெற்றிகரமாகத் திகழ்ந்தேன். ஆனால், மற்றவர்களை ஏமாற்றியும் வஞ்சித்தும் நான் வெற்றி பெற்றிருந்தேன்.

எனவே, நான் என் போக்கை மாற்றிக் கொள்ளத் தீர்மானித்தேன். என் தாயாருக்கு அருகே வசிப்பதன்

மூலம் என்னால் என் வாழ்க்கையை மாற்றிக் கொள்ள முடியாது என்பதை நான் உணர்ந்ததால், 1965ல் நான் கலிபோர்னியாவுக்கு இடம்பெயர்ந்தேன். என் வாழ்க்கையை ஒட்டுமொத்தமாக மாற்றுவதில் நான் உறுதியாக இருந்தேன். "நான் எப்போதும் உண்மையை மட்டுமே பேசுவேன்," என்ற முதல் உறுதியை நான் மேற்கொண்டேன். இரண்டாவதாக, "நான் யாரையும் ஏய்த்துப் பிழைக்க மாட்டேன்," என்று நான் உறுதி பூண்டேன். துவக்கத்தில் இவ்விரண்டையும் கடைபிடிப்பது எனக்கு மிகக் கடினமாக இருந்தது. ஏனெனில், நான் அக்கணம்வரை பொய் கூறியும் நெறிமுறையின்றியும் வாழ்ந்து வந்திருந்தேன். நான் எனக்கென ஒரு நெறிமுறையை வகுத்துக் கொள்ள வேண்டியிருந்தது.

ஆண்டுகள் செல்லச் செல்ல, நான் சிறிது முன்னேறினேன். நான் யாரிடமேனும் பொய் கூறினால், விரைவில் நானே வலுக்கட்டாயமாக அவர்களிடம் சென்று உண்மையைக் கூறினேன். நியூஜெர்ஸியில் நான் வாழ்ந்த காலத்தில் நான் யாருக்கெல்லாம் தவறு இழைத்திருந்தேனோ, யாரையெல்லாம் நான் ஏமாற்றியிருந்தேனோ, அவர்களுக்கு என்னால் முடிந்த பரிகாரங்களைச் செய்தேன். அது எனக்குக் கடினமானதாக இருந்தபோதிலும், என் நினைவில் தோன்றியவர்கள் அனைவரையும் நேரில் சந்தித்து ஆவன செய்தேன்.

கச்சிதத்திலிருந்து பூரணத்துவம் நோக்கி

"ஒன்றில்தான் சகலமும் அடக்கம்.
அனைத்துமே ஒன்றுதான்.
இதை மட்டும் நீங்கள் புரிந்து கொண்டால்,
நீங்கள் கச்சிதமானவராக இல்லை என்ற
கவலை உங்களுக்கு இருக்காது."

– செங் சான்

எனக்கு முப்பத்து மூன்று வயதாக இருந்தபோது, ஐ-சிங் என்ற பண்டைய சீன நூலைப் படிக்கும் வாய்ப்பு எனக்குக் கிடைத்தது. ஞான முத்துக்களை உள்ளடக்கிய ஒரு பொக்கிஷம் அது. கி.மு. 3000ம் ஆண்டில் சீனாவுக்குள் எழுத்துமுறை நுழைந்தபோது, ஐ-சிங் நூல்தான் முதன்முதலில் எழுதப்பட்டது. அந்நூலில் இடம்பெற்றிருந்த விஷயங்கள் அதற்கு முன்பு ஆயிரக்கணக்கான ஆண்டுகளாக வாய்வழிப் பாரம்பரியமாகவே தலைமுறை தலைமுறையாகக் கூறப்பட்டு வந்திருந்தன. உலகின் மிகப் புராதன ஞான நூல் ஐ-சிங் என்று கூறலாம். மக்களுக்கு அது மிகவும் மதிப்புவாய்ந்ததாக விளங்கியதால் அது அத்தனைக் காலம் தப்பிப் பிழைத்து வந்திருந்தது. நான் அப்புத்தகத்தைப் படித்தது அதில் இடம்பெற்றிருந்த அறிவார்ந்த விஷயங்களுக்காக மட்டுமல்ல. பல பிரபஞ்ச உண்மைகளும் அதில் இடம்பெற்றிருந்தன. அந்நூல் நெடுங்காலத்திற்கு முன்பு எழுதப்பட்டது என்பதால், பல இடங்களில் மொழி நடையும் அர்த்தங்களும் எனக்குப் புரியவில்லை. நான் அந்நூலை ஒழுங்காகப் படித்துப் புரிந்து கொள்ள விரும்பினேன். பிரபஞ்சத்தின் பல ரகசியங்கள் அதில் ஒளிந்து கிடந்ததாக நான் உறுதியாக நம்பினேன்.

காலப்போக்கில், 'காரணமும் அதன் விளைவும்' போன்ற பிரபஞ்ச விதிகளை நான் சிறப்பாகப் புரிந்து கொள்ளத் தொடங்கினேன். அதையடுத்து, என்னுடைய வார்த்தைகள் மற்றும் செயல்கள் குறித்து நான் அதிக எச்சரிக்கையோடு நடந்து கொண்டேன். நடத்தை எனும் வில்லில் இருந்துதான் எதிர்காலத்திற்கான அம்புகளை நாம் எய்கிறோம் என்பதை நான் கற்றுக் கொண்டேன். ஐ-சிங் நூலை நான் பார்த்தக் கணத்திலிருந்து இத்தனை ஆண்டுகளாக அதைப் படிப்பதில் தினமும் பல மணிநேரத்தை நான் செலவிட்டு வந்துள்ளேன். இன்றும்கூட தினமும் ஒருசில நிமிடங்கள் நான் அதிலிருந்து எதையேனும் படிக்கிறேன்.

பிரபஞ்ச விதிதான் எல்லாவற்றையும் கட்டுப்படுத்துகிறது என்பதை நான் கண்கூடாக அறிந்து

கொண்டேன். அதை நான் புரிந்து கொண்டவுடன், நாம் வாழுகின்ற இவ்வுலகத்தின் மாபெரும் அம்சங்கள் பலவற்றை என்னால் புரிந்து கொள்ள முடிந்தது. பிரபஞ்ச விதிகள் அனைத்துமே பிரபஞ்சம் தொடர்ந்து நீடிப்பதற்குச் சாதகமாக இருப்பதை நான் கற்றறிந்தேன்.

அது உண்மை என்று எப்படி நமக்குத் தெரியும்? ஏனெனில், பிரபஞ்சம் இன்றளவும் தொடர்ந்து இருந்து வருகிறது. பிரபஞ்சம் அதன் தற்போதைய நிலையில் 1800 கோடி ஆண்டுகளாக இருந்து வந்திருப்பதாக வானியல் வல்லுனர்களும் அறிவியலறிஞர்களும் கூறுகின்றனர். பிரபஞ்சம் நீடித்திருப்பதற்குப் பாதகமாக ஒரு விதி இருந்திருந்தால், அது இந்நேரம் நடைமுறையில் வந்து சென்றிருக்கும். அப்படி எதுவும் நிகழவில்லை என்பதால், எல்லா விதிகளுமே பிரபஞ்சம் நீடிப்பதற்குச் சாதகமாகவே இருப்பதாக நாம் தாராளமாக நம்பலாம்.

பிரபஞ்சம் தொடர்ந்து நீடிக்க வேண்டும் என்றால், ஒவ்வொரு கணத்திலும் மிகச் சிறப்பான நிகழ்வுகளும் மிகக் கச்சிதமான நிகழ்வுகளும் மட்டுமே நிகழ அது அனுமதித்தாக வேண்டும். இல்லாவிட்டால், பிரபஞ்சம் தன்னைத் தானே அழித்துக் கொள்ளும் ஆபத்தில் சிக்கிக் கொள்ளும். ஏனெனில், கச்சிதமற்ற ஒரு நிகழ்வு இன்னொரு கச்சிதமற்ற நிகழ்வுக்கு வழி வகுக்கக்கூடும். அது இன்னும் ஓருசில கச்சிதமற்ற நிகழ்வுகளுக்கு வழி வகுக்கும். இறுதியில், பிரபஞ்சம் தன்னைத் தானே அழித்துக் கொண்டுவிடும். கச்சிதமற்ற நிகழ்வுகள் ஒருமுறைகூடப் பொறுத்துக் கொள்ளப்படுவது இல்லை. நம்முடைய பிரபஞ்சம் பல கோடிக்கணக்கான ஆண்டுகளாக நீடித்து வந்துள்ளதால், அதன் கச்சிதமாக கட்டமைப்பைப் பற்றிய சந்தேகத்திற்கு இடமில்லாமல் போய்விட்டது. அது மேன்மேலும் கச்சிதமடைந்து கொண்டே போகிறது.

இது 'ஆற்றல் காப்பு விதி' என்ற பிரபஞ்ச விதியுடன் தொடர்பு கொண்டுள்ளது. "எதையும் இழக்கவோ அல்லது அழிக்கவோ முடியாது. அதை உருமாற்ற

மட்டுமே முடியும்," என்று அவ்விதி கூறுகிறது. இதற்கு நாமும் விதிவிலக்கு அல்ல. பிரபஞ்சத்தின் ஒரு பகுதியாக இருக்கின்ற நாம் தொடர்ந்து நீடிப்போம். நாம் வேறுபட்ட ஒரு வடிவத்திலோ அல்லது வேறுபட்ட ஒரு நிலையிலோ நீடிக்கக்கூடும், ஆனால் நாம் நீடித்திருப்போம்.

நாம் நம்முடைய பௌதிக உடலிலிருந்து விடுபடுவதற்கான நேரம் வரும்போது, நாம் நம்முடைய ஆளுமையையும் ஆன்மாவையும் தக்கவைத்துக் கொள்ளக்கூடும் அல்லது அப்படி இல்லாமலும் போகக்கூடும். அல்லது, பிரபஞ்சத்தினுள் நாம் மொத்தமாக ஐக்கியமாகக்கூடும். ஆனாலும், நாம் பிரபஞ்சத்தினுள் மொத்தமாக ஐக்கியமாவோம் என்று கூறுவது உண்மையில் சரியல்ல. ஏனெனில், நாம் ஒருபோதும் அதைவிட்டு வெளியேறவே இல்லை. நாம் இப்புவிக்கு மீண்டும் திரும்பி வர மாட்டோம் என்று யாரால் கூற முடியும்? ஒருவேளை நாம் மீண்டும் இங்கு தோன்றக்கூடும். நாம் இங்கு எப்படி வந்தோம் என்பது நமக்கு மறந்து போயிருக்கலாம், ஆனால் இங்கு வருவதற்கான வழி நிச்சயமாக நமக்குத் தெரியும். இக்கணத்தில் நாம் இங்கு இருக்கிறோம் என்ற உண்மை அதற்கான சான்றுதானே?

எது எப்படியோ, நாம் ஏதோ ஒரு வடிவத்தில் தொடர்ந்து நிலைத்திருப்போம். பிரபஞ்சத்தின் ஒரு பகுதியாக இருப்பது ஒருவருக்குக் கிடைக்கக்கூடிய மிகப் பெரிய கௌரவமாகும். மேலும், நாம் அளப்பரிய விழிப்புணர்வைப் பெற்றிருப்பது நமக்குக் கிடைத்துள்ள ஓர் அற்புதமான பரிசாகும்.

பிரபஞ்சம் தொடர்ந்து நீடித்து நிலைத்திருக்கும் விதத்தில் வடிவமைக்கப்பட்டு இருப்பதால், அது எல்லா நேரத்திலும் தனக்கு மிகப் பெரிய அனுகூலம் இருக்கும்படி பார்த்துக் கொள்ளுகிறது என்று கூறுவதில் தவறில்லை. நாம் அதன் ஓர் இன்றியமையாத பகுதியாக இருப்பதால், அந்த உண்மை நமக்கும் பொருந்தும்.

நமக்கு நிகழுகின்ற எல்லாமே நம்முடைய நன்மைக்காகவே நிகழுகிறது.

ஒரு சம்பவம் நமக்கு வேதனை ஏற்படுத்தினாலோ அல்லது நம்மிடமிருந்து எதையேனும் பறித்துக் கொண்டாலோகூட, அது இறுதியில் நமக்கு நன்மை பயக்கும் விதமாகவே செயல்படும். ஏனெனில், மோசமான எதுவும் தனக்கு நிகழுவதற்குப் பிரபஞ்சம் ஒருபோதும் அனுமதிக்காது. நாம் பிரபஞ்சத்தின் ஒரு பகுதியல்லவா?

இந்தப் பிரபஞ்ச விதிகளைப் படித்ததன் மூலம் ஒரு விஷயத்தை என்னால் தெளிவாகப் பார்க்க முடிந்தது: பிரபஞ்சம் உயிர்த்துடிப்பும் விழிப்புணர்வும் கொண்ட ஒன்று. அது தொடர்ந்து சுவாசித்துக் கொண்டிருக்கின்ற, பிரக்ஞையுடன்கூடிய ஓர் அம்சம். பெரும்பாலான மக்கள் அதைக் கடவுள் என்றோ, அல்லது, அல்லா, புத்தர், ஜெஹோவா, மற்றும் பல ஆயிரக்கணக்கான பெயர்களிலோ அழைக்கின்றனர். நான் அதை வெறுமனே 'பிரபஞ்சம்' என்று அழைக்கிறேன். பிரக்ஞையை உள்ளடக்கிய ஒரு பரந்த ஆற்றல் வளம் அது. இத்தனை ஆண்டுகள் கழித்தும் நான் என்னுடைய தனிப்பட்டத் தத்துவத்தின்படி வாழ்ந்து வருகிறேன். அது என் வாழ்வின் ஒவ்வொரு சூழலின் ஊடாகவும் பயணித்து வந்துள்ளது. நான் நம்புகின்ற விஷயங்கள் சோதனைக்கு உள்ளாக்கப்பட்டுள்ளபோதுகூட என்னுடைய தனிப்பட்டத் தத்துவத்தை நான் கைவிடவில்லை. சில சமயங்களில் தினமும் நான் சோதிக்கப்படுகிறேன்.

இதிலிருந்து என்ன நன்மை பிறக்கும்?

"மாற்றத்தைப் புரிந்து கொள்ளுவதற்கான ஒரே வழி, அதில் மூழ்கி, அதோடு பயணித்து, அதோடு நட்டியமாடுவதுதான்."

– ஆலன் வாட்ஸ்

மலையிடுக்கில் நான் மாட்டிக் கொண்ட கதைக்கு மீண்டும் வருவோம். பாறை என்மீது விழுந்து என்னை மண்ணோடு மண்ணாகச் சாய்த்து என்னை சுவாசிக்க விடாமல் செய்து முற்றிலுமாக முடக்கிப் போட்டிருந்தபோது என்னுடைய மனத்தில் என்ன ஓடிக் கொண்டிருந்திருக்கும் என்று நீங்கள் நினைக்கிறீர்கள்? உங்கள் ஊகம் சரிதான். "இந்த அனுபவத்திலிருந்து எனக்கு என்ன நன்மை கிடைக்கும்?" என்ற கேள்விதான் என் மனத்தில் தோன்றியது.

நான் மேலே தள்ளிய பாறை மீண்டும் கீழ்நோக்கி உருண்டு சென்றதைக் கண்ட என் மகன் ஓடி வந்து எட்டிப் பார்த்தபோது, நான் குப்புற விழுந்து கிடந்ததைக் கண்டுவிட்டு, அவன் கீழே சறுக்கி வந்தான். "அப்பா, நீங்கள் நலமாக இருக்கிறீர்களா?" என்று அவன் கவலையோடு கேட்டான். கழுத்திலிருந்துதான் நான் முடமாக்கப்பட்டிருந்தேன் என்பதால் என்னால் பேச முடிந்தது. நான் நலமாக இருந்தேனா என்று எனக்குத் தெரியவில்லை என்று நான் அவனிடம் கூறினேன்.

நான் அங்கு விழுந்து கிடந்தபோது, கால் மறத்துப் போனால் எந்த வகையான உணர்வு ஏற்படுமோ அப்படிப்பட்ட உணர்வு என் உடல் நெடுகிலும் உண்டானது. என் முதுகெலும்பில் மெல்ல மெல்ல உணர்வு திரும்பியது. என்னால் மெதுவாக அசைய முடிந்தது.

ஒரு வாரத்திற்குப் பிறகு, நான் என் படுக்கையில் படுத்துக் கிடந்தபோது, ஐ-சிங் நூலைத் திறந்தேன். முன்பு எனக்குப் புரியாமல் இருந்த பல விஷயங்கள் இப்போது எனக்குப் புரிந்தன. என் தலையின்மீது விழுந்த பாறை, முன்பு எனக்குப் புரிபடாமல் இருந்த பல விஷயங்களை இப்போது புரிந்து கொள்ளுவதற்கான வழியைத் திறந்துவிட்டிருந்ததுபோல நான் உணர்ந்தேன். அன்றிலிருந்து, ஐ-சிங் பற்றி நான் பத்து நூல்களை எழுதியுள்ளேன். இவை அனைத்திற்கும் அந்தப் பாறை என் தலைமீது விழுந்ததுதான் காரணம்.

அது என் தலைமீது விழுந்தது ஒரு தெய்விகக் குறுக்கீடா அல்லது எந்த முக்கியத்துவமும் அற்ற ஒரு விபத்தா என்பது பற்றி நாம் தொடர்ந்து விவாதித்துக் கொண்டே இருக்கலாம். ஆனால் அந்த நிகழ்வால் எனக்கு அளப்பரிய நன்மை விளைந்தது என்பதுதான் உண்மை. ஐ-சிங் நூலில் ஒளிந்து கிடந்த ரகசியங்களைப் புரிந்து கொள்ளத்தான் என் வாழ்வில் அக்கணம்வரை நான் முயற்சித்து வந்திருந்தேன், ஆனால் திடீரென்று இப்போது அது எனக்குப் புரிந்தது. அந்த வகையான பரிசுக்காக, என் தலையில் எத்தனை முறை ஒரு பாறை வந்து விழுந்தாலும் அதை நான் பொறுத்துக் கொள்ளத் தயாராக இருக்கிறேன்.

நமக்கு நிகழுகின்ற எல்லாமே நமக்கு நன்மை செய்வதற்காகவே நிகழுகிறது என்பது என்னுடைய தனிப்பட்டத் தத்துவத்தின் மையமாக இருப்பதால், நான் என் துரதிர்ஷ்டத்தை வீணாக நொந்து கொள்ளுவதிலிருந்து காப்பாற்றப்பட்டேன். நான் ஒரு பலிகடா என்ற உணர்வும் என்னுள் ஏற்படாமல் அது பார்த்துக் கொண்டது. எனக்கு ஏற்பட்ட விபத்திலிருந்து என்னால் நன்மையடைய முடிந்ததற்குக் காரணம் அந்நிகழ்வை நான் பார்த்த விதம்தான். அப்போதும் சரி, இப்போதும் சரி, அந்நிகழ்வு எனக்கு நன்மை பயப்பதற்காகவே நிகழ்ந்ததாக நான் நம்புகிறேன்.

அந்நிகழ்வை ஒரு நேர்மறையான கண்ணோட்டத்தில் நான் பார்த்திருக்காவிட்டால், அந்நிகழ்வால் ஏற்பட்டு இருக்கக்கூடிய மோசமான விளைவுகளையே நான் தேடியிருப்பேன். அதன் மூலம் எனக்கு நானே பிரச்சனைகளை உருவாக்கி இருந்திருப்பேன். என் உடலுக்கு ஏற்பட்ட பாதிப்பை நான் மேலும் மோசமாக்கியிருந்திருப்பேன். நான் என் தலைவிதியை நொந்து கொண்டிருந்திருப்பேன். ஆனால் இவை எதுவும் நிகழவில்லை. இந்நாள்வரை எனக்குக் கழுத்து வலி எதுவும் இல்லை, நான் நன்றாக நடமாடிக் கொண்டிருக்கிறேன். அந்நிகழ்வைப் பற்றி இப்போது என்னுடைய புத்தகங்களில் குறிப்பிட்டு மற்றவர்களுக்கு உத்வேகமூட்டிக் கொண்டிருக்கிறேன்.

7

மாற்றத்தை
சுவீகரித்தல்

"உங்கள் வாழ்வில்
நிகழக்கூடியவற்றின்
போக்கிலேயே
செல்லுங்கள்.
உங்கள் மனம்
சுதந்திரமாக இயங்க
அனுமதியுங்கள்.
நீங்கள் செய்து
கொண்டிருக்கின்ற
எல்லாவற்றையும் ஏற்றுக்
கொள்ளுவதன் மூலம்
இக்கணத்தின்மீது
கவனம் செலுத்துங்கள்.
இதுதான் உச்சகட்டம்."

- சுவாங் சூ

7 | மாற்றத்தை சுவீகரித்தல்

'இடைவிடாத மாற்றம்' எனும் தத்துவம் நம்முடைய முன்னோர்கள் பிரபஞ்சத்தைப் புரிந்து கொள்ளுவதற்கு இன்றியமையாத ஒரு விஷயமாக இருந்தது. "மாற்றம் நிரந்தரமானது. அதை நீங்கள் உறுதியாக நம்பலாம். இயற்கையில் உள்ள எல்லா விஷயங்களுமே ஒரு வளர்ச்சி நிலையிலும் மாற்ற நிலையிலுமே உள்ளன," என்று ஐ-சிங் கூறுகிறது. மகிழ்ச்சி பற்றி ஐ-சிங் நூலில் இடம்பெற்றுள்ள இன்னொரு ஞான முத்து இது:

ஒரு சூழ்நிலைக்கு ஒருவர் தன்னைப் பொருத்திக் கொள்ளும்போதுதான் அச்சூழ்நிலை அவருக்குச் சாதகமானதாக ஆகிறது.

மாறும் நிகழ்வுகளுக்கு நம்மை நாம் பொருத்திக் கொள்ளுவதும் அவற்றை ஒரு நேர்மறையான கண்ணோட்டத்தில் பார்ப்பதும் எப்படி ஒரு நேர்மறையான விளைவை உருவாக்கும் என்பதற்கான ஓர் எடுத்துக்காட்டு இது. இருபத்து நான்கு ஆண்டுகளுக்கு முன்பு நான் புதிதாக ஒரு கார் வாங்கினேன். அதை என் வீட்டிற்குப் பக்கத்தில் இருந்த ஒரு சந்தில் நிறுத்தி வைத்திருந்தேன். ஒருநாள் நான் என் வீட்டிலிருந்து வெளியே வந்தபோது,

அவ்வழியே வந்து கொண்டிருந்த பழைய வோல்க்ஸ்வாகன் கார் ஒன்று நேராக என் கார்மீது உரசி ஒரு பெரிய கீறலை ஏற்படுத்தியதை நான் கண்டேன். அந்த ஓட்டுனர் உடனடியாகத் தன் காரை நிறுத்திவிட்டு, அதிலிருந்து வெளியே வந்து, விரக்தியில் தன் தொப்பியைத் தரையின்மீது வீசி எறிந்துவிட்டு, தன் தலையைத் தன் இரண்டு கைகளாலும் தாங்கிப் பிடித்தபடி தலைகுனிந்து நின்றார். என் காருக்கு அவர் ஏற்படுத்தியிருந்த சேதத்தை ஈடுகட்ட அவரிடம் பணம் இருக்கவில்லை என்பது வெளிப்படையாகத் தெரிந்தது. அவருடைய கண்கள் கலங்கின. அவருடைய மனைவியும் மகனும் காரின் பின்னிருக்கையில் அமர்ந்திருந்தனர். அவருடைய மகன் அழத் தொடங்கினான். சேதமடைந்திருந்த என்னுடைய காரை நோக்கி நான் வந்து கொண்டிருந்ததைக் கண்ட அந்நபர் பதற்றமடைந்தார். நான் என் காரின் அருகே சென்று அவரைப் பார்த்துப் புன்னகைத்துவிட்டு, "பிரமாதம்! இப்போது என் காருக்குத் தேவைப்பட்டது துல்லியமாக இதுதான்," என்று கூறினேன்.

நான் கூறியதைக் கேட்டு அவர் ஆச்சரியமடைந்தார். என் காரில் ஏற்பட்டக் கீறல் எனக்கு ஒரு பொருட்டல்ல என்றும், இச்சம்பவம் குறித்து அவர் கவலை கொள்ளத் தேவையில்லை என்றும் நான் அவரிடம் கூறினேன். அவர் ஆனந்தக் கண்ணீர் வடித்தபடி என்னைக் கட்டியணைத்தார். பிறகு நேராகத் தன் மனைவியிடம் ஓடிச் சென்று அவரைக் கட்டித் தழுவினார். பிறகு அவர் தன் மனைவியையும் மகனையும் என்னிடம் அழைத்து வந்து அவர்களுக்கு என்னை அறிமுகப்படுத்தினார். தான் அப்போதுதான் அந்த ஊருக்குப் புதிதாக வந்திருந்ததாகவும், தான் ஒரு தச்சர் என்றும், தனக்கு ஒரு வேலை கிடைக்கும்வரை தானும் தன் குடும்பமும் தங்குவதற்குத் தான் ஓர் இடத்தைத் தேடிக் கொண்டிருந்ததாகவும் அவர் என்னிடம் கூறினார். கட்டுமானத் தொழிலில் இருந்த என்னுடைய நண்பர் ஒருவருடைய தொலைபேசி எண்ணை நான் அவருக்குக்

கொடுத்தேன். அடுத்த நாள், அவர் என் நண்பரிடம் வேலைக்குச் சேர்ந்துவிட்டார்.

மூன்று வாரங்களுக்குப் பிறகு, அந்நபர் என் வீட்டிற்கு வந்து, என் காரில் ஏற்பட்டச் சேதத்திற்கு ஈடாக இருநூறு டாலர்கள் பணத்தை என்னிடம் கொடுத்தார். நான் அதை ஏற்றுக் கொள்ள மறுத்துவிட்டேன். என் காரில் ஏற்பட்டக் கீறல் எனக்கு மிகவும் பிடித்திருந்ததாகவும், பிரபஞ்சம் எவ்வளவு அழகான ஓர் இடம் என்பதை அது எனக்கு நினைவுபடுத்தியதாகவும் நான் கூறினேன். அவர் என் காரில் கீறலை ஏற்படுத்தியது ஒரு கச்சிதமான நிகழ்வு என்று நான் அவரிடம் கூறியபோது அவர் பெரிதும் மகிழ்ந்தார். அச்சம்பவத்தைப் பற்றி இன்றளவும் நான் நினைத்துப் பார்க்கிறேன். அது இன்றும் எனக்கு மகிழ்ச்சியளிக்கிறது.

என் காரின்மீது ஏற்பட்டக் கீறலை நான் சரி செய்யவே இல்லை. அந்தக் கீறல் எப்படி ஏற்பட்டது என்று மக்கள் என்னிடம் கேட்கும்போது, "இது பிரபஞ்சத்திடமிருந்து கிடைத்துள்ள ஒரு பரிசு," என்று நான் கூறுகிறேன். அதற்கு என்ன அர்த்தம் என்று அவர்கள் கேட்கும்போது, என் தத்துவத்தை நான் அவர்களிடம் எடுத்துரைக்கிறேன். பலருடைய கண்ணோட்டத்தை ஒரு நேர்மறையான விதத்தில் மாற்ற என்னால் முடிந்தது. பல சமயங்களில், தங்கள் வாழ்வில் நிகழ்ந்த மோசமான நிகழ்வுகளை ஒரு 'கீறல்'போலப் பார்க்கத் தாங்கள் பழகிவிட்டிருந்ததாகப் பலர் என்னிடம் கூறினர்.

என் காரின்மீது கீறல் ஏற்படுத்தப்பட்டபோது நான் வேறு விதமாக நடந்து கொண்டிருந்தால் என்ன ஆகியிருக்கும்? அந்த வோல்க்ஸ்வாகன் கார் ஓட்டுனரின் முகத்தின்மீது நான் ஓங்கிக் குத்தியிருந்தால் என்ன ஆகியிருக்கும்? ஒரு பயங்கரமான சண்டைக்குப் பிறகு நாங்கள் இருவரும் சிறையில் அடைபட்டுக் கிடந்திருப்போம். சிறையில் நான் பாலியல் வன்முறைக்கு ஆளாகியிருந்தாலோ, இன்னொரு சண்டையில் ஈடுபட்டிருந்தாலோ, யாரையேனும் காயப்படுத்தியிருந்தாலோ, அல்லது இருபதாண்டுகள்

சிறைவாசம் எனக்கு விதிக்கப்பட்டிருந்தாலோ என்ன ஆயிருக்கும்?

நம் வாழ்வில் ஏற்படும் நிகழ்வுகளை இரண்டு வழிகளில் மட்டுமே நம்மால் கையாள முடியும். ஒன்று, அவை நமக்கு நன்மை பயப்பதற்காக ஏற்பட்டவை என்று நாம் அவற்றுக்கு முத்திரை குத்தலாம். அல்லது, அவை நமக்குத் தீமை பயப்பவை என்று முத்திரை குத்தலாம். ஒரு நிகழ்வு என்பது வெறுமனே ஒரு நிகழ்வு மட்டும்தான். அதை நாம் கையாளுகின்ற விதம்தான் அது நம் வாழ்வில் எத்தகைய விளைவை ஏற்படுத்துகிறது என்பதைத் தீர்மானிக்கிறது. விளைவை நாம்தான் தீர்மானிக்கிறோமே ஒழிய, அந்த நிகழ்வு அல்ல.

கண்ணோட்டத்தில் ஒரு மாற்றம்

> " 'இது போதும்' என்ற மனநிலையில் இருப்பதுதான் மனநிறைவோடு இருப்பதற்கான வழி என்பதை ஒருமுறை அறிந்துவிட்டவன் எப்போதும் அப்படியே இருப்பான்."
>
> – தாவோ தே சிங்

நம்மிடம் இருப்பவற்றைக் கொண்டு மகிழ்ச்சியாக இருப்பதுதான் உண்மையான மகிழ்ச்சி என்ற ஒரு சிந்தனை தூரக் கிழக்கு நாடுகளில் நிலவுகிறது. "எளிமையை சுவீகரியுங்கள். உங்களிடம் இருப்பவற்றைக் கொண்டு திருப்தி கொள்ளுங்கள். அப்போது அந்த மனநிறைவை உங்களிடமிருந்து யாராலும் பறிக்க முடியாது," என்று தாவோ தே சிங் நூல் விளக்குகிறது.

பெரும்பாலான மேற்கத்தியர்கள் இந்த வகையான சிந்தனையை ஒப்புக் கொள்ளுவதில்லை. நாம் விரும்புகின்றவற்றை அதிக அளவில் கைவசப்படுத்தவும், நமக்கு விருப்பம் இல்லாதவற்றைக் குறைவாகப் பெறவும் நாம் விரும்புகிறோம். குறிப்பிட்ட ஏதோ ஒன்று

நம்மிடம் இருப்பதுதான் மகிழ்ச்சிக்கான மூலகாரணம் என்றும், அது நம்மிடம் இல்லாததுதான் நம்முடைய மகிழ்ச்சியின்மைக்கான மூலகாரணம் என்றும் நாம் நினைக்கிறோம். உணவு, உடை, உறைவிடம் போன்ற அடிப்படைத் தேவைகள் நிறைவேறாமல் போகும்போது அது மகிழ்ச்சியின்மைக்கு வழி வகுக்கும். மோசமான உடல்நலமும் மகிழ்ச்சியின்மைக்கு வழி வகுக்கும். ஓர் உல்லாச விடுமுறை எடுக்க முடியாமல் போவது, ஒரு நல்ல கார் நம்மிடம் இல்லாதது, வாழ்க்கை நடத்தப் போதுமான பணம் இல்லாதது, நமக்கு விருப்பமானதைச் செய்வதற்கான நேரம் நமக்கு இல்லாதது போன்ற நிறைவேறா ஆசைகளும் மகிழ்ச்சியின்மைக்கான முக்கியக் காரணங்களாக இருக்கின்றன.

நாம் விரும்புகின்ற அந்த விஷயங்களைப் பெற்றிருப்பது நமக்கு மகிழ்ச்சி ஏற்படுத்தக்கூடும், ஆனால் அது மகிழ்ச்சிக்கு வழி வகுக்கும் என்று உறுதியாகக் கூற முடியாது. மேற்கூறப்பட்ட அனைத்து விஷயங்களும் கைவரப் பெற்றிருப்பவர்கள் பலர் மகிழ்ச்சியின்றி இருக்கின்றனர். அப்படிப்பட்ட மக்களை நீங்கள் நிச்சயமாகச் சந்தித்திருப்பீர்கள். அப்படியானால், மகிழ்ச்சிக்கான உண்மையான மூலாதாரம் எது? இதற்கான விடை இப்போது உங்களுக்குத் தெளிவாகத் தெரிந்திருக்கும்.

> "மகிழ்ச்சிக்கான உண்மையான மூலாதாரம் நம்முடைய அகத்தில்தான் குடிகொண்டுள்ளது."

நம் வாழ்வின் சூழ்நிலைகளுக்கு நாம் அளிக்கின்ற செயல்விடைகளில் இருந்துதான் மகிழ்ச்சி உருவாகிறது. பிரபஞ்சத்தில் உள்ள சக்திகள் நாம். நம்மால் சிந்திக்கவும் செயல்படவும் உருவாக்கவும் முடிகிறது. நம் வாழ்வில் நிகழும் சம்பவங்கள் குறித்து மகிழ்ச்சியற்று இருப்பதற்கு நம்முடைய கடந்தகாலம் நம்மை நன்றாகப் பயிற்றுவித்துள்ளது. என்ன ஆனாலும் நீங்கள் மகிழ்ச்சியாக இருந்தால், நீங்கள் என்றென்றும் மகிழ்ச்சியாக இருப்பீர்கள்.

1980களில், தங்கள் வாழ்க்கையை மாற்றிக் கொள்ள விரும்பியவர்களுக்கு நான் பயிலரங்குகள் நடத்தினேன். மகிழ்ச்சி நமக்குள் இருந்துதான் வருகிறது என்பதையும், நம் வாழ்வில் நாம் எதிர்கொள்ளும் எல்லாவற்றையும் தாக்குப்பிடிக்க நமக்கென்று ஒரு தனிப்பட்டத் தத்துவம் இருக்க வேண்டியதன் முக்கியத்துவத்தையும் அப்பயிலரங்குகள் எனக்கு மீண்டும் தெளிவுபடுத்தின.

அப்பயிலரங்குகள் அளப்பரிய வெற்றி பெற்றன. அவற்றில் கலந்து கொண்டவர்கள் தங்கள் வாழ்க்கைமுறையில் மாற்றங்களை மேற்கொண்டனர், தங்கள் திறன்களுக்கு அப்பாற்பட்டவையாக அவர்கள் கருதிய பல விஷயங்களைச் சாதித்தனர், தங்கள் தொழில்வாழ்க்கையில் வேகமாக முன்னேறினர், சொந்தமாக வீடுகளை வாங்கினர், தங்களுடைய பயங்களிலிருந்து விடுபட்டனர், தங்கள் இலக்குகளை அடைந்தனர், மோசமான பழக்கங்களிலிருந்து மீண்டனர், வாழ்வில் மகிழ்ச்சியையும் அமைதியையும் கண்டுகொண்டனர்.

அவர்களுடைய வெற்றிகளை நான் பார்த்தபோது, சோதனைகள், துயரங்கள், பிரச்சனைகள் ஆகியவற்றை எதிர்கொண்டு அவற்றைத் திறமையாகச் சமாளித்து அச்சூழ்நிலைகளிலிருந்து மீண்டு வெளிவருவதற்கு நமக்கு உதவக்கூடிய ஒரு தனிப்பட்டத் தத்துவத்தை நமக்கு வழிகாட்டும் ஒரு விளக்காக ஆக்கிக் கொண்டு அதன்படி வாழுவது எவ்வளவு இன்றியமையாதது என்பதை நான் கண்டுகொண்டேன். நிறைவான வாழ்க்கையை வாழுகின்றவர்கள் ஒவ்வொருவரும் அப்படிப்பட்ட ஒரு தனிப்பட்டத் தத்துவத்தைத் தங்களுக்கென்று உருவாக்கிக் கொண்டு அதை சுவீகரித்துக் கொண்டனர் என்பது எனக்குத் தெளிவாகியது.

பிரபஞ்ச உண்மையின் அடிப்படையில் அமைந்த ஒரு வலிமையான தத்துவம் மிகவும் சக்திவாய்ந்தது என்பதையும், அது மகிழ்ச்சியைக் கொண்டுவரும் என்பதையும், காலம் நமக்குக் கொண்டுவரும் சோதனைகளை நாம்

வெற்றிகரமாகக் கையாள நமக்கு உதவும் என்பதையும் நான் புரிந்து கொண்டேன். அதோடு, ஒரு பலவீனமான தத்துவம் என்பது ஒரு பலவீனமான வாழ்க்கைமுறை என்பதையும் நான் உணர்ந்தேன். என்னுடைய பயிலரங்குகளில் கலந்து கொண்டவர்களுக்கு ஏற்பட்டத் தோல்விகள் யாவும் ஒரு பலவீனமான அல்லது தவறான தத்துவத்தினால் நிகழ்ந்தவையே என்பதையும் நான் கண்டேன். அவர்கள் ஒரு புதிய தத்துவத்தை சுவீகரித்துக் கொண்டு அதைத் தங்கள் வாழ்வில் செயல்படுத்தியபோது அவர்களுடைய வாழ்க்கை அடியோடு மாறியது. அவர்களுடைய கண்ணோட்டம் மாறியதால் அவர்களுடைய வாழ்வின் சூழல்களும் மாறின.

அவர்களுடைய வாழ்க்கை மாறியதைப்போல உங்களுடைய வாழ்க்கையும் மாறும். பின்வரும் செய்தியை மனத்தில் இருத்திக் கொள்ளுங்கள்:

> உங்கள் வாழ்க்கைப் பயணத்தின்போது நீங்கள் நடந்து கொள்ளுகின்ற விதம்தான் உங்கள் வாழ்க்கை எந்த விதத்தில் மலரும் என்பதைத் தீர்மானிக்கிறது.

இது பிரபஞ்சத்தின் இன்னோர் அடிப்படை விதி. உங்கள் உலகம் எப்படி இருக்கும் என்பதை நீங்கள் மட்டுமே தீர்மானிக்கிறீர்கள். நீங்கள்தான் உங்கள் வாழ்வின் வாசல். அதன் வழியாகவே வாழ்க்கை வெளிப்படுகிறது.

பெரும்பான்மையான நேரம் நீங்கள் கோபமாக இருப்பதாகக் கற்பனை செய்து கொள்ளுங்கள். உங்கள் கோபம் உங்களைச் சூழ்ந்திருக்கும் அனைத்து மக்களையும் பாதிக்கும். மக்கள் உங்கள் அருகே இருக்க விரும்ப மாட்டார்கள். உங்கள் கோபம் உங்கள் உடலில் அதிக அளவில் அமிலத்தைச் சுரக்கச் செய்து உங்கள் உடலை பாதிக்கும். அது உங்கள் சிந்தனையின்மீதும் தாக்கம் ஏற்படுத்தி, உங்களுக்குப் பதற்றத்தை ஏற்படுத்தி, நீங்கள் அறிவார்ந்த முறையில் சிந்திக்க முடியாதபடி செய்துவிடும்.

உங்களுடைய நண்பர்களின் எண்ணிக்கையும் வெகுவாகக் குறைந்துவிடும். உங்களுக்குச் சாப்பிடப் பிடிக்காது, கேளிக்கைகளில் ஈடுபடப் பிடிக்காது. உங்கள் வாழ்விலிருந்து இணக்கம் முற்றிலுமாகக் காணாமல் போய்விடும். உங்களால் மகிழ்ச்சியாக இருக்க முடியாது, இரவில் நன்றாகத் தூங்க முடியாது. நீங்கள் ஒரு தொழிலதிபராக இருக்கும்பட்சத்தில், வெற்றி அவ்வளவு சுலபமாக உங்களுக்குக் கிட்டாது அல்லது உங்களுக்கு வெற்றியே கிட்டாமல் போகக்கூடும். கோபம் குறித்து ஜப்பானிய சாமுராய் கூற்று ஒன்று இவ்வாறு அமைந்துள்ளது: "கோபக்கார மனிதன் ஒருவன் யுத்தத்திலும் வாழ்விலும் தன்னைத் தானே தோற்கடித்துவிடுவான்."

நிகழ்வுகளின் கொடுங்கோன்மையிலிருந்து சுதந்திரம் பெறுதல்

"ஒரு மாற்றம் நிகழ்ந்து கொண்டிருக்கும் நேரத்தில் அமைதியாகவும் நிதானம் இழக்காமலும் இருப்பதுதான் முக்தி நிலையாகும்."

– ஷன்ரியு சுஸூகி

ஒரு வலிமையான தனிப்பட்டத் தத்துவம் நம் வாழ்வில் நிகழும் சீரழிவுகளை நாம் வெற்றிகரமாகச் சமாளிக்க உதவுவதோடு கூடவே, நாம் தினமும் சிந்திக்கின்ற மற்றும் செய்கின்ற எல்லாவற்றிலும் நாம் தொடர்ந்து தாக்குப்பிடிக்க நமக்கு உதவுகிறது. அது நமக்கு நன்னம்பிக்கையையும் நேர்மறையான எதிர்பார்ப்பையும் கொடுக்கிறது. நிகழ்வுகளின் கொடுங்கோன்மையிலிருந்து அது நம்மை விடுவிக்கிறது. நாம் நம் வாழ்வில் ஏற்படும் நிகழ்வுகளிலிருந்து விடுபடுவது எப்படி நம்மைச் சுதந்திரமானவர்களாக உணரச் செய்கிறது என்பதை விளக்குகின்ற ஒரு கதை இது. இது என்னுடைய பயிலரங்கு ஒன்றில் கலந்து கொண்ட ஒரு பெண்மணியைப் பற்றியது.

அவருடைய பெயர் டோரிஸ். நவீனக் காபி கடை ஒன்றில் வாடிக்கையாளர்களுக்குக் காபி பரிமாறும் வேலையை அவர் செய்து கொண்டிருந்தார். அவர் என்னுடைய பயிலரங்கில் கலந்து கொண்டதற்குக் காரணம் அவருடைய மகன்தான். ஒரு மாதத்திற்கு முன்பு அவருடைய மகன் என்னுடைய பயிலரங்கு ஒன்றில் பங்கு கொண்டிருந்தான். அப்பயிலரங்கின் வாயிலாக அவனுக்கு அபாரமான விளைவுகள் கிடைத்திருந்ததால், தன் தாயாருக்கு அவன் என் பயிலரங்கைப் பரிந்துரைத்திருந்தான். ஒரு மாதகாலம் நடைபெற்ற அப்பயிலரங்கின்போது, மூன்று வாரங்களுக்குப் பிறகு ஒருநாள், அதில் கலந்து கொண்ட ஒருசிலரும் டோரிஸும், வாகனங்கள் நிறுத்துமிடத்தில் ஒரு புதிய காரைச் சூழ்ந்து நின்று கொண்டு உற்சாகமாகப் பேசிக் கொண்டும் சிரித்துக் கொண்டும் இருந்ததை நான் கண்டேன். அவர்கள் உள்ளே வந்தபோது, அவர்கள் எது குறித்து அவ்வளவு குதூகலமாக இருந்தனர் என்று நான் அவர்களிடம் கேட்டேன்.

முந்தைய நாளன்றுதான் டோரிஸ் ஒரு புதிய கார் வாங்கியிருந்தார். மறுநாள் காலையில் அவர் தன் காரைக் கிளப்புவதற்காகச் சென்றபோது, தன் காரில் ஒரு கீறல் ஏற்பட்டிருந்ததை அவர் கண்டார். "நான் பழைய டோரிஸாக இருந்திருந்தால், அழுது புலம்பியபடி என் வீட்டிற்குள் ஓடிச் சென்று, இன்றைய நாள் முழுவதையும் என் படுக்கையிலேயே கழித்திருந்திருப்பேன். ஆனால், உங்கள் பயிலரங்கில் நான் கற்றுக் கொண்ட விஷயம் என் நினைவுக்கு வந்தது. பிறகு நான் என்னுடைய காரை ஒரு புதிய கண்ணோட்டத்தில் பார்த்தேன். அதில் ஏற்பட்டிருந்த கீறல் என்னுடைய நாளைப் பாழாக்க நான் அனுமதிக்கப் போவதில்லை என்று நான் தீர்மானித்தேன். கைக்கடிகாரம் தொலைந்து போவது, பர்ஸ் திருட்டுப் போவது, பேருந்தைத் தவறவிடுவது போன்ற நிகழ்வுகள் நம் எல்லோருக்கும் நடைபெறுகின்றவைதான். என் வாழ்வில் ஏற்படும் நிகழ்வுகள் என்மீது எந்த விதத்திலும் ஆதிக்கம்

செலுத்துவதற்கான அதிகாரத்தை நான் அவற்றுக்குக் கொடுக்கப் போவதில்லை என்று நான் உறுதி பூண்டேன். நான் என் காரில் உள்ள கீறலைச் சரி செய்யப் போவதில்லை. ஏனெனில், அது எனக்குப் பெரும் அர்த்தம் வாய்ந்ததாக இருக்கிறது. நான் இப்போது ஒரு சுதந்திரப் பறவையாக ஆகியிருக்கிறேன்," என்று டோரிஸ் கூறினார்.

மோசமான நிகழ்வைக் கையாளுதல்

"துன்பங்களுக்கு நடுவிலும் நீங்கள் மகிழ்ச்சியாக இருக்கும்போதுதான் மனத்தின் உண்மையான ஆற்றலை உங்களால் பயன்படுத்த முடியும்."

- ஹ^ҧவாச்சு டோரென்

நாம் அனைவருமே நம்முடைய வாழ்நாளில் துன்பத்தை அனுபவித்திருக்கிறோம். மற்றவர்கள் நம்மிடம் பொய்யுரைத்துள்ளனர், நம்மை ஏமாற்றியுள்ளனர், நமக்கு நம்பிக்கைத் துரோகம் இழைத்துள்ளனர், தங்களுடைய நலனுக்காக சுயநலமான விதத்தில் நம்மைப் பயன்படுத்தியுள்ளனர். உங்களில் பலர் சித்தரவதைகளுக்கு ஆளாகியிருக்கக்கூடும், பாலியல் வன்முறைக்கு உட்படுத்தப்பட்டிருக்கக்கூடும், மோசமான முறையில் நடத்தப்பட்டிருக்கக்கூடும், உங்களுடைய விருப்பத்திற்கு எதிராக நடந்து கொள்ள நீங்கள் கட்டாயப்படுத்தப்பட்டிருக்கக்கூடும். ஏராளமானோர் காதல் தோல்வியை அனுபவித்துள்ளனர், பொருளாதார இழப்புகளால் துன்புற்றுள்ளனர். நம்மில் பலர் நம் அன்புக்குரியவர்களை இழந்திருக்கிறோம், சிலர் உடல்ரீதியான அல்லது மனரீதியாக குறைபாடுகளுடன் பிறந்துள்ளனர். இந்தக் கொடுமைகளையும் இவை போன்ற இன்னும் மோசமான விஷயங்களையும் நாம் எப்படிக் கையாளுகிறோம் என்பதுதான் இன்றும் என்றும் நம் மகிழ்ச்சியைத் தீர்மானிக்கிறது.

ஒருசில ஆண்டுகளுக்கு முன்பு, இருபத்தைந்து வயது இளைஞர் ஒருவர் எங்களுடைய மறுவாழ்வு மையத்திற்கு வந்தார். அவர் ஒரு தடகள வீரர். அவர் போதைப் பொருட்களைப் பயன்படுத்தி வந்திருந்தார். எங்கள் மையத்தில் நாங்கள் நடத்துகின்ற மீமெய்யியல் வகுப்புகள் அவருக்கு மிகவும் பிடித்திருந்தன. அவற்றில் கற்றுக் கொடுக்கப்பட்டத் தத்துவங்களை அவர் பெரிதும் விரும்பினார். அவருக்கு நான் தனிப்பட்ட முறையில் பல முறை பயிற்சி அளித்தேன். இப்புத்தகத்தின் வாயிலாக நீங்கள் கற்றுக் கொண்டிருக்கின்ற விஷயங்களை அப்பயிற்சிகளின்போது அவர் என்னிடமிருந்து கற்றுக் கொண்டிருந்தார். முப்பது நாட்கள் அவர் எங்கள் மையத்தில் தங்கியிருந்தார். முப்பதாம் நாளின் முடிவில் அவர் தன் போதைப் பழக்கத்திலிருந்து முற்றிலுமாக விடுபட்டிருந்தார். அவர் எங்கள் மையத்திலிருந்து புறப்பட்டுச் சென்று ஒருசில மாதங்களுக்குப் பிறகு ஒரு கார் விபத்தில் சிக்கினார். இடுப்புக்குக் கீழே அவருடைய உடல் முற்றிலுமாகச் செயலிழந்து முடங்கிப் போனது. அவர் தன்னுடைய எஞ்சிய வாழ்நாள் முழுவதையும் சக்கரநாற்காலி ஒன்றில் கழிக்க வேண்டிய கட்டாயத்திற்கு ஆளானார்.

அந்த விபத்து நடந்து இரண்டு நாட்களுக்குப் பிறகு, நான் அவரைப் பார்ப்பதற்காக மருத்துவமனைக்குச் சென்றேன். நான் அவருடைய அறைக்குள் நுழைந்தபோது, அவருடைய கண்கள் பிரகாசமடைந்தன. அவர் ஓர் அமைதியான குரலில், "எனக்கு நிகழ்ந்துள்ள மிகச் சிறப்பான விஷயம் இது என்பதை நான் அறிவேன்," என்று கூறினார். இன்றும் அவர் அந்த நம்பிக்கையில் உறுதியாக இருக்கிறார். நாங்கள் ஒருசில மாதங்களுக்கு ஒருமுறை பேசிக் கொள்ளுகிறோம். அந்த விபத்து மட்டும் தனக்கு நேர்ந்திருக்காவிட்டால், மிகக் குறுகிய காலத்தில் இந்த அளவு ஆன்மிக வளர்ச்சியைத் தன்னால் ஒருபோதும் எட்டியிருக்க முடியாது என்று அவர் கூறுகிறார்.

அவரைச் சந்திக்கின்ற அனைவருக்கும் அவர் ஓர் உத்வேகமாகத் திகழுகிறார். அவர் எப்போதேனும் எங்கள் மையத்திற்கு வந்து எங்களுடைய சந்திப்புக்கூட்டங்களில் கலந்து கொண்டு பேசுகிறார். ஒரு சூழ்நிலைக்கு நம்மைப் பொருத்திக் கொள்ளும்போதுதான் அச்சூழ்நிலை நமக்குச் சாதகமானதாக ஆகிறது என்ற பிரபஞ்ச விதியுடன் இணக்கமாக வாழுவது எப்படி என்பதைப் புரிந்து கொண்டு அவர் அவ்வாறே வாழ்ந்து கொண்டிருக்கிறார். "இடுக்கண் வருங்கால் நகுக அதனை அடுத்தூர்வது அஃதொப்ப தில்" என்று வள்ளுவர் கூறியுள்ளார். "துன்பம் வரும்போது அதைக் கண்டு கலங்காமல் மகிழ்ச்சி கொள்ள வேண்டும். அத்துன்பத்தை வெல்லுவதற்கு அதைவிட அதிக ஆற்றல்மிக்கது வேறு எதுவுமில்லை," என்பது அதன் பொருள். "துரதிர்ஷ்டம் ஒரு வெள்ளத்தைப்போலப் பாய்ந்தோடி வரக்கூடும், ஆனால் துணிச்சலான எண்ணங்கள் அதைக் கட்டுப்படுத்தும். துயரம் வரும்போது துயரப்பட நீங்கள் மறுத்தால், பிறகு அத்துயரமே துயரம் கொள்ளும்."

மருத்துவமனையில் நான் பீட்டரைப் பார்க்கச் சென்றபோது, அவர் என்னிடம், "எனக்கு நிகழ்ந்துள்ள மிகச் சிறப்பான விஷயம் இதுதான்," என்று கூறியதைப் பற்றி நீங்கள் என்ன நினைக்கிறீர்கள்? அவர் கூறியதைக் கேட்டு நீங்கள் எள்ளி நகைத்தீர்களா? அப்படியானால், உங்களுடைய தனிப்பட்டத் தத்துவம் பீட்டருடையதிலிருந்து வெகுவாக வேறுபட்டுள்ளது என்று அர்த்தம். துரதிர்ஷ்டமானவைபோலத் தோன்றுகின்ற நிகழ்வுகள் உண்மையிலேயே துரதிர்ஷ்டமானவை என்று நீங்கள் நினைக்கிறீர்கள். ஆனால், உங்களுடைய அந்தக் கண்ணோட்டத்தினால்தான் உங்கள் வாழ்வில் அப்படிப்பட்டச் சூழல்கள் வந்துள்ளன.

பிரபஞ்ச உண்மையின் அடிப்படையில் அமைந்த ஒரு வலிமையான தத்துவம், நீங்கள் ஒரு பலிகடாபோல உணர்வதிலிருந்து உங்களைக் காப்பாற்றும்,

துன்பங்களிலிருந்து மீள உங்களுக்கு உதவும். ஏனெனில், எல்லா நிகழ்வுகளும் இறுதியில் மகிழ்ச்சியான விளைவையே கொண்டுவரும் என்பதை நீங்கள் அறிந்திருக்கிறீர்கள்.

ஒருவேளை உங்களுக்கு முடக்குவாதம் ஏற்பட்டால், நீங்கள் பீட்டரின் மகிழ்ச்சியான கண்ணோட்டத்தை சுவீகரிப்பீர்களா? துன்பங்கள், துயரங்கள், சீரழிவுகள் போன்றவற்றைச் சமாளித்து அவற்றிலிருந்து மீளுவதற்கு உங்களுக்கு உதவக்கூடிய ஒரு தனிப்பட்டத் தத்துவம் உங்களிடம் இல்லை என்றால், பீட்டரின் கண்ணோட்டத்தை நீங்கள் சுவீகரிப்பதற்கான சாத்தியம் இல்லை.

மிக மோசமான நேரம், மிகச் சிறந்த நேரம்

"எல்லா விஷயங்களுமே இப்படித்தான்
என்பதை அறிந்திடுங்கள்:
ஒரு காணல்நீர், ஓர் ஆகாயக் கோட்டை...
கண்ணால் காணுகின்ற எதுவுமே நிஜமல்ல."
- புத்தபிரான்

ஒரு வலிமையான தனிப்பட்டத் தத்துவம் நமக்கு இருந்தால், மிகக் கடினமான காலகட்டங்களில்கூட நல்ல விஷயங்கள் நம் வாழ்வில் நிகழும் என்பதை அனுபவரீதியாக நான் உணர்ந்துள்ளேன். என் மகன் பேக்ஸின் விஷயத்தில் இதை நான் கண்கூடாகப் பார்த்தேன். அவனுக்குப் பதினைந்து வயதாக இருந்தபோது, மதுவையும் போதைப் பொருட்களையும் அவன் பயன்படுத்தத் தொடங்கினான். அப்பழக்கங்களிலிருந்து அவனை விடுவிக்க என்னால் இயன்ற எல்லாவற்றையும் நான் செய்தேன். ஆனாலும் அவன் அவற்றைக் கைவிடவில்லை. லேசான போதைப் பொருட்களைப் பயன்படுத்தும் பழக்கம் மோசமான போதைப் பொருட்களைப் பயன்படுத்தும் அளவுக்குத் தீவிரமடையும் என்பதை அந்த நேரத்தில் நான் அறிந்திருக்கவில்லை. என் மகன் பதினெட்டு வயது

இளைஞனாக இருந்தபோது, ஒருநாள் அழுது கொண்டே பள்ளியிலிருந்து வீடு திரும்பினான். தான் ஹெராயினுக்கு அடிமையாகி இருந்ததாக அவன் என்னிடம் கூறினான்.

அடுத்த ஆறு ஆண்டுகள் நான் அவனுடன் சேர்ந்து போராடினேன். அவனை அப்பழக்கத்திலிருந்து விடுவிப்பதற்கு உதவும் என்று நான் நினைத்தப் பல மறுவாழ்வு முகாம்களுக்கு நான் அவனை அனுப்பி வைத்தேன். ஆனால் எதுவும் பலனளிக்கவில்லை. அவன் தன்னுடைய ஹெராயின் பழக்கத்திலிருந்து மீளுவதும் மீண்டும் அதற்கு அடிமையாவதுமாக இருந்தான். அவன் அப்பழக்கத்தை மீண்டும் துவக்கிய ஒவ்வொரு முறையும், "ஏன் இப்படிச் செய்கிறாய்?" என்று நான் அவனிடம் கேட்டேன். ஆனால் அவனுக்கு அதற்கான காரணம் தெரியவில்லை. தனக்கு அது பெரும் போதையூட்டியதாக மட்டும் அவன் கூறினான். அந்தச் சபலத்திலிருந்து விடுபடுவதற்கான சக்தி அவனுக்கு இருக்கவில்லை. நான் அவனை இழந்துவிடுவேனோ என்று நான் எப்போதும் பயந்தேன். மறுநாள் நான் அவனைப் பார்ப்பேனா என்று ஒவ்வொரு நாளும் நான் கவலைப்பட்டேன்.

போதை மருந்துப் பழக்கத்திலிருந்தும் குடிப்பழக்கத்திலிருந்தும் மீள உதவுகின்ற சிகிச்சையாளர்கள், மனநல மருத்துவர்கள், உளவியலாளர்கள், ஆலோசகர்கள் போன்ற பலரிடம் நான் என் மகனை அழைத்துச் சென்றேன். அவர்கள் எனக்குப் பல்வேறு திட்டங்களைப் பரிந்துரைத்தனரே அன்றி, அவன் ஹெராயினைப் பயன்படுத்திக் கொண்டிருந்ததற்கான காரணத்தைக் கண்டுபிடிக்க அவர்கள் முயற்சிக்கவில்லை. அவன் ஹெராயினைப் பயன்படுத்துவதற்கு வாய்ப்பில்லாத சூழல்களை உருவாக்கும்படியும், அவன் தவறு செய்தால் தண்டனை கொடுக்கும்படியும் அவர்கள் எனக்கு அறிவுறுத்தினர். ஆனால், தண்டனை வேலை செய்யாது என்பதை நான் தெரிந்து கொண்டேன். குடிப்பழக்கம் மற்றும் போதைப் பழக்கத்திற்கு அடிமையாகி இருப்பவர்கள்

மரண தண்டனையைக் கண்டுகூடத் தங்களைத் திருத்திக் கொள்ளுவதில்லை.

என் மகன் போதைப் பொருட்களுக்கு அடிமைப்பட்டுக் கிடந்த காலத்தின்போது, போதைப் பொருட்களை விற்பனை செய்யும் கும்பல் ஒன்று அவனை ஒரு பாலைவனத்திற்குக் கடத்திச் சென்றது. அவன் அவர்களிடமிருந்து போதைப் பொருட்களைத் திருடியிருந்ததால் அவர்கள் அவனைக் கொல்லத் தீர்மானித்திருந்தனர். என் மகன் தன்னுடைய சொந்தக் கல்லறைக் குழியைத் தோண்டும்படிப் பணிக்கப்பட்டான். ஆனால் அவன் எப்படியோ அவர்களிடம் பேசிச் சமாளித்து, எப்படியாவது அவர்களுடைய பணத்தைத் திருப்பிக் கொடுத்துவிடுவதாக உறுதி கூறினான். அந்தக் கொடுமையான அனுபவம் நிகழ்ந்ததற்கு மறுநாள் அவன் மீண்டும் ஹெராயினைப் பயன்படுத்தத் தொடங்கினான். பாலைவனத்தில் அந்தக் கும்பலில் ஒருவன் என் மகனின் முகத்தில் ஓங்கிக் குத்தியிருந்ததில் அவனுடைய தாடை எலும்புகள் இரண்டு இடங்களில் முறிந்தன. எனவே, அவன் ஒரு மருத்துவமனைக்குச் சென்றான். அங்கு அவனுடைய தாடை இறுக்கமாகத் தைக்கப்பட்டது. அவனுடைய பற்கள் எல்லா இடங்களிலும் துருத்திக் கொண்டிருந்தன. அவனால் பேச முடியவில்லை, சாப்பிட முடியவில்லை. அவன் மிக மோசமான ஒரு நிலையில் வீடு திரும்பினான். நான் அவனை உள்ளே அழைத்து வர விரைந்தபோது, அந்நிலையிலும் அவன் ஹெராயினைப் புகைத்துக் கொண்டிருந்ததை நான் கண்டேன்.

அவனுடைய அந்தப் பழக்கத்தை முறித்தே தீருவதென்று அக்கணத்தில் நான் தீர்மானித்தேன். கலிபோர்னியா கடற்கரையோரத்தில் அமைந்துள்ள 'பிக் சர்' மலையில் ஒரு தனி வீட்டிற்கு நான் அவனை அழைத்துச் சென்றேன். ஆட்கள் அவ்வளவாக நடமாடாத ஒரு பகுதி அது. ஒன்பது மாதங்கள் அவன் ஹெராயினைத் தொடாதபடி நான் பார்த்துக் கொண்டேன். பிறகு நாங்கள் எங்கள்

வீட்டிற்குத் திரும்பினோம். ஆனால், ஒரு வாரத்திற்குப் பிறகு என் மகன் ஹெராயினையும் கோக்கெயினையும் பயன்படுத்தினான்.

ஏதோ ஒரு காரணத்தால்தான் அவன் தொடர்ந்து அவற்றைப் பயன்படுத்தியதாக நான் நம்பினேன். அது என்ன காரணம் என்பது எனக்குத் தெரியவில்லை, ஆனால் நிச்சயமாக ஏதோ ஒரு காரணம் இருந்ததாக மட்டும் நான் உறுதியாக நம்பினேன். அவன் போதைப் பொருட்களைப் பயன்படுத்தத் தொடங்கியதற்கு முன்பு, ஒரு சிறந்த தடகள வீரனாகவும் ஒரு தலைசிறந்த மாணவனாகவும் மகிழ்ச்சியான இளைஞனாகவும் இருந்தான். பிறகு அப்பழக்கத்திற்கு அடிமையானபோது, அவன் உண்மையிலேயே அதிலிருந்து விடுபட்டு மீண்டும் இயல்பான வாழ்க்கையை வாழ விரும்பினான், ஆனால் அவனால் அது முடியவில்லை. ஆனாலும் நான் நம்பிக்கை இழக்கவில்லை. அவன் போதைப் பொருட்களைத் தேடி ஓடிக் கொண்டிருந்ததற்கான உண்மையான காரணத்தைக் கண்டுபிடிக்கும்படி நான் அவனை ஊக்குவித்துக் கொண்டே இருந்தேன். கடைசியில் ஒருநாள் அவன் அந்தக் காரணத்தைக் கண்டுபிடித்தான். அன்றைய நாளுக்குப் பிறகு அவன் மதுவையும் போதைப் பொருட்களையும் பயன்படுத்துவதை முற்றிலுமாக நிறுத்திவிட்டான். அவன் ஒரு சுதந்திர மனிதனாக ஆனான்.

இன்று, அவன் எல்லா விதத்திலும் ஆரோக்கியமாகவும் மகிழ்ச்சியாகவும் தெளிவான மனத்துடனும் முற்றிலுமாக குணமடைந்தும் செழிப்பாகவும் இருக்கிறான். தான் அந்த மோசமான பழக்கங்களிலிருந்து விடுபட்டு ஒரு சுதந்திர மனிதனாக ஆனதைப்போலத் தன்னைப் போன்ற மற்றவர்களும் சுதந்திரம் பெறுவதற்கு அவன் உதவிக் கொண்டிருக்கிறான். 'பேஸேஜஸ் மறுவாழ்வு மையம்' என் மகனின் யோசனைதான். அவன் தன்னுடைய போதைப் பழக்கத்திலிருந்து விடுபட்டபோது, என்னிடம், "அப்பா, இப்பழக்கத்திலிருந்து எப்படி மீளுவது என்பது நமக்குத்

தெரியும். வாருங்கள், நாம் மற்றவர்களுக்கு உதவலாம்," என்று கூறினான்.

எனவே, நானும் என் மகனும் சேர்ந்து அந்த மையத்தைத் துவக்கி அதன் தலைவர்களாக ஆனோம். நாங்கள் தினமும் ஒன்றாக இணைந்து பணியாற்றுகிறோம். அவனைக் குறித்து நான் மிகவும் பெருமைப்படுகிறேன். அவன் அந்த பயங்கரமான உலகத்திலிருந்து மீண்டு வந்து இன்று சுதந்திரமாக வாழுவதற்கு உதவியுள்ள இப்பிரபஞ்சத்திற்குத்தான் எல்லாப் புகழும் சேர வேண்டும்.

பேக்ஸுடைய போராட்டத்தின் மூலமாக, மது மற்றும் போதைப் பொருட்களுக்கு அடிமையாகியிருப்பது பற்றிய பல விஷயங்களை நான் அறிந்து கொண்டேன். அவற்றைப் பற்றியும் அவற்றுக்கான சிகிச்சைகளைப் பற்றியும் நாங்கள் இருவரும் ஆய்வு செய்தோம். எது நிரந்தரமாக குணப்படுத்தியது, எது நிரந்தரத் தீர்வை வழங்கவில்லை ஆகியவற்றையும் நாங்கள் ஆய்வு செய்தோம். எதுவுமே வேலை செய்யாமல் போனபோது, என் மகனின் வாழ்க்கையைக் காப்பாற்றுவதற்காக நாங்கள் இருவருமாக ஒரு புதிய சிகிச்சைத் திட்டத்தை உருவாக்கினோம். இத்திட்டத்தின் மூலம் பேக்ஸ் முற்றிலுமாக குணமடைந்தான். அதைத்தான் எங்களுடைய மறுவாழ்வு மையத்தில் மற்றவர்களுக்குச் சிகிச்சையளிப்பதற்காக நாங்கள் பயன்படுத்துகிறோம்.

சிலருக்கு, பேக்ஸின் பல ஆண்டுகால போதைப் பழக்கமும் அதனால் ஏற்பட்டச் சீரழிவுகளும் ஈடு செய்யப்பட முடியாத ஓர் இழப்புபோலத் தோன்றக்கூடும். ஆனால், பத்தாண்டு காலம் தான் போதைப் பொருட்களுக்கு அடிமைப்பட்டுக் கிடந்ததை என் மகன் எப்படிப் பார்க்கிறான் என்று நீங்கள் அவனிடம் கேட்டால், அது ஒரு மிகக் கொடூரமான அனுபவம் என்றும், அதே சமயத்தில் அது ஒரு மிகச் சிறந்த அனுபவமும்கூட என்றும் அவன் கூறுவான். அந்தப் பத்து ஆண்டுகள்தான் தன் வாழ்வின் நோக்கத்தைத் தான் கண்டுகொள்ள வழி வகுத்ததாக அவன் கூறுவான். ஆயிரக்கணக்கானோரின்

உயிர்களைக் காப்பாற்றுவதற்கு ஒரு மறுவாழ்வு மையத்தை நிறுவ அதுதான் வழி வகுத்தது என்று அவன் கூறுவான். தான் இப்போது அடைந்துள்ளவற்றை அடைவதற்கு, தான் இதுவரை அனுபவித்து வந்துள்ள அனைத்துச் சித்தரவதைகளையும் மீண்டும் அனுபவிக்கத் தான் தயாராக இருப்பதாக அவன் கூறுவான். அந்தப் பத்து ஆண்டுகள் மிக மோசமானவையாக இருந்தன, ஆனால் அவைதான் சிறப்பான காலகட்டத்திற்கு இட்டுச் சென்றன.

அது மட்டுமல்ல, அந்த அனுபவத்தின் விளைவாகத்தான் மது மற்றும் போதைப் பழக்கங்களில் இருந்து முற்றிலுமாக விடுபடுவது பற்றிய ஒரு நூலை நான் எழுதினேன். அதில் என் மகன் தன்னுடைய கதையை விரிவாக எடுத்துக்கூறியுள்ளான். அவனை குணப்படுத்துவதற்கு நான் கண்டுபிடித்த வழிகளையும் அதில் நான் பகிர்ந்து கொண்டுள்ளேன். மக்கள் தாங்கள் வசிக்கின்ற இடங்களில் உள்ள சிகிச்சையாளர்களின் உதவியுடன் இந்த வழிமுறைகளைப் பயன்படுத்தி எப்படி குணமடையலாம் என்று நான் அந்த நூலில் காட்டியிருக்கிறேன். நானும் என் மகனும் அனுபவித்தப் போராட்டங்கள் மற்றும் கஷ்டங்களிலிருந்து நாங்கள் விடுபட்டுவிட்டதால், இப்போது மற்றவர்களுக்கு எங்களால் நம்பிக்கையூட்ட முடிகிறது.

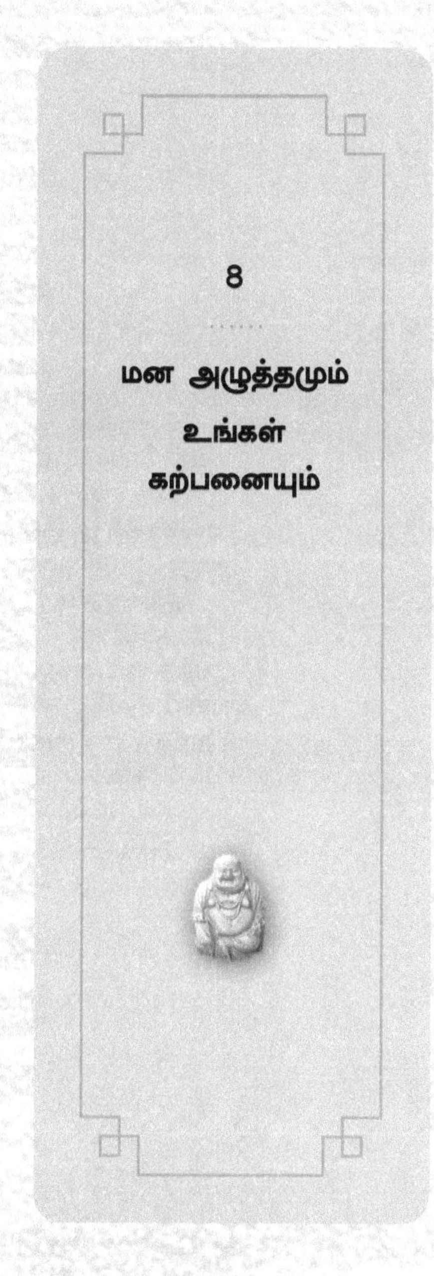

8

மன அழுத்தமும்
உங்கள்
கற்பனையும்

"குறுகிய
கண்ணோட்டம்
உள்ளவர்கள்
எல்லாவற்றுக்கும்
அஞ்சி நடுங்குவர்,
தடுமாறுவர்.
அவர்கள்
எந்த அளவுக்கு
அவசரப்படுகின்றனரோ
அந்த அளவுக்கு
மெதுவாகச்
செல்லுவர்."

- செங் சான்

8 | மன அழுத்தமும் உங்கள் கற்பனையும்

உங்களுக்கும் உங்கள் மகிழ்ச்சிக்கும் இடையே இருக்கின்ற மிகப் பெரிய தடைகளில் ஒன்று மன அழுத்தம். ஒரு கடந்தகால நிகழ்வோ, ஒரு நிகழ்கால நிகழ்வோ, அல்லது ஓர் எதிர்கால நிகழ்வோ அல்லது சூழ்நிலையோ ஒரு மோசமான விளைவை ஏற்படுத்தும் என்று உங்கள் மனத்தில் கற்பனை செய்வதன் மூலம் நீங்களே உருவாக்கிக் கொள்ளுகின்ற பயம், கவலை, மனச்சோர்வு, குழப்பம், பதற்றம் போன்றவற்றைப் பற்றித்தான் நான் பேசுகிறேன். இவைதான் மன அழுத்தத்தை உருவாக்குகின்றன. உங்கள் வாழ்வில் ஏற்படும் நிகழ்வுகளோ அல்லது சூழ்நிலைகளோ உங்கள் மன அழுத்தத்திற்குக் காரணம் அல்ல, ஆனால் உங்களுக்கு அப்படித் தோன்றக்கூடும்.

நிகழ்வுகளையும் சூழ்நிலைகளையும் நீங்கள் உங்களோடு தொடர்புபடுத்தும் விதத்தில் இருந்துதான் மன அழுத்தம் உருவாகிறது.

இது நீங்கள் ஏற்கனவே எங்கேயோ கேள்விப்பட்ட ஒன்றுபோலத் தோன்றுகிறதா? நிச்சயமாக நீங்கள் கேள்விப்பட்டிருப்பீர்கள். மகிழ்ச்சியோ அல்லது மன

அழுத்தமோ நிகழ்வுகளிலும் சூழ்நிலைகளிலும் உள்ளடங்கி இருப்பதில்லை. ஏனெனில், நிகழ்வுகளும் சூழ்நிலைகளும் வெறுமனே உங்கள் வாழ்வில் நிகழுகின்ற விஷயங்கள், அவ்வளவுதான். இவற்றுக்கு நீங்கள் எப்படி எதிர்வினை ஆற்றுகிறீர்கள் என்பது உங்களைப் பொருத்தது. எத்தகைய விதத்தில் செயல்விடை அளிக்க வேண்டும் என்பதைத் தேர்ந்தெடுப்பது உங்கள் விருப்பம்தான்.

இதை நான் உங்களுக்கு நிரூபிக்கிறேன். எந்த மோசமான விஷயம் நடந்துவிடுமோ என்று நீங்கள் அஞ்சினீர்களோ, அது நடக்காமல் போன அனுபவம் உங்களுக்குப் பல முறை ஏற்பட்டிருக்கும், இல்லையா? ஒருவேளை அது நிகழ்ந்திருந்தாலும், இறுதியில் அது உங்களுக்கு நன்மை பயத்திருக்கும். அந்நிகழ்வுகள் நன்மை பயக்கவே நிகழவிருப்பதாக முன்கூட்டியே உங்களுக்குத் தெரிந்திருந்தால், உங்கள் வாழ்க்கை அதிக இனிமையானதாக இருந்திருக்கும், இல்லையா? எனவே, அனைத்துச் சூழ்நிலைகளையும் அத்தகையதொரு நேர்மறையான கண்ணோட்டத்துடனேயே அணுகுங்கள்.

மன அழுத்தம் நம் வாழ்விலிருந்து ஒருபோதும் முற்றிலுமாக நீங்காது. ஏனெனில், நாம் சிறு வயதிலிருந்தே எதிர்மறையாகச் சிந்திப்பதற்கும் பேசுவதற்கும் எதிர்பார்ப்பதற்கும் பயிற்றுவிக்கப்பட்டிருக்கிறோம். ஆனால், இந்த எதிர்மறைகளில் பெரும்பாலானவற்றை நம்மால் விட்டொழிக்க முடியும். ஒரு நிகழ்வினால் மகிழ்ச்சியான விளைவு ஏற்படும் என்று கற்பனை செய்வதற்கு நம்முடைய மனத்தைப் பயிற்றுவிப்பது மன அழுத்தத்திலிருந்து விடுபடுவதில் உள்ள ஒரு சிக்கலான அம்சமாகும்.

மன அழுத்தம் தருகின்ற நிகழ்வுகள் இறுதியில் உங்களுக்கு அனுகூலமானவையாக மாறும் என்று எப்படி நம்புவது? இதற்கான சுருக்கமான பதில் இதுதான்: "நாம்தான் பிரபஞ்சம். நாம் அதன்ஒரு பகுதியாகவும் இருக்கிறோம். பிரபஞ்சம் எல்லா நேரங்களிலும் உச்சபட்சப்

பலனை அடைய விரும்புகிறது. எனவே, நேர்மறையான விளைவை மட்டுமே அது அனுமதிக்கும்."

மன அழுத்தம் தருகின்ற நிகழ்வுகள் இறுதியில் உங்களுக்கு அனுகூலமானவையாக மாறும் என்று நம்புவது உங்களுக்குக் கடினமாக இருக்கலாம். உங்கள் வாழ்வில் நிகழ்ந்துள்ள விஷயங்கள் இதை நீங்கள் நம்புவதற்குத் தடையாக இருக்கும். ஆனால், நீங்கள் பெரும்பான்மை நேரம் மன அழுத்தமின்றியும் மகிழ்ச்சியாகவும் இருக்க விரும்பினால், அந்த நம்பிக்கையை நீங்கள் சுவீகரித்துக் கொண்டுதான் ஆக வேண்டும். அதை நீங்கள் கடைபிடிக்கும்போதுதான் அது உங்கள் வாழ்வில் மெய்யாகும். இந்த நம்பிக்கையைச் செயல்படுத்திப் பல நல்ல விளைவுகளை நீங்கள் பெற்றிருக்கும்போது, அது உண்மை என்பதை நீங்கள் உணருவீர்கள். உங்கள் முகத்தில் புன்னகை நிரந்தரமாகக் குடியேறும்.

எதிர்பார்ப்புகள்

"விஷயங்களை உள்ளது உள்ளபடியே ஏற்றுக் கொள்ள நீங்கள் தயாராக இருக்கும்போது, பழைய நண்பர்களை வரவேற்பதைப்போல நீங்கள் அவற்றை வரவேற்பீர்கள்."

— ஷென்ரியூ சுஸூகி

நீங்கள் உங்கள் எதிர்பார்ப்புகளால் உங்கள் உலகத்தை உருவாக்குகிறீர்கள். நிகழ்கால நிகழ்வுகளுக்கு நீங்கள் செயல்விடை அளிக்கும் விதத்தைக் கொண்டு எதிர்காலத்தின்மீது உங்களால் தாக்கம் ஏற்படுத்த முடியும். உங்கள் வாழ்விலிருந்து மன அழுத்தத்தை நிரந்தரமாகக் களைவதற்கு உங்கள் தத்துவத்தை உதவிக்கு அழைத்துக் கொள்ளுங்கள். ஒவ்வொரு நிகழ்வும் உங்களுக்கு நன்மை பயக்கவே ஏற்படுவதாக நீங்கள் நம்பினால், உங்கள் வாழ்வில் மன அழுத்தம் ஒருபோதும் நுழையாது. என்

பயிலரங்குகளில் கலந்து கொள்ளுவோர் இந்த உண்மையை ஒப்புக் கொள்ளும்படி செய்வதற்கு நான் பல வாரங்களைச் செலவிட்டுள்ளேன். இறுதியில் அவர்கள் அந்த நம்பிக்கையை சுவீகரித்துக் கொண்டபோது, மன அழுத்தம் அவர்கள் வாழ்விலிருந்து வெகுவாக நீங்கியிருந்தது. மன அழுத்தத்தால் தங்கள் வாழ்க்கையைப் பெரிதும் சீரழித்து வந்திருந்த பலர், அந்த நம்பிக்கைதான் தங்களுக்குக் கிடைத்திருந்த மாபெரும் பரிசு என்று என்னிடம் கூறினர்.

நீங்கள் உங்கள் கற்பனையை உங்கள் கட்டுப்பாட்டிற்குள் வைத்திருந்தால், பயமோ அல்லது மன அழுத்தமோ உங்களுக்கு ஒருபோதும் ஏற்படாது. உங்கள் கற்பனையை நிச்சயமாக உங்களால் உங்கள் கட்டுப்பாட்டிற்குள் வைத்துக் கொள்ள முடியும். ஒரு மோசமான விளைவு ஏற்படுவதாகக் கற்பனை செய்வது எவ்வளவு சுலபமோ, ஒரு நல்ல விளைவு ஏற்படுவதாகக் கற்பனை செய்வதும் அதே அளவு சுலபம்தான். அதற்கான ஓர் எடுத்துக்காட்டை இப்போது பார்க்கலாம்.

தவணை முறையில் வாங்கியுள்ள ஒரு வீட்டில் நீங்கள் வசித்து வருவதாக வைத்துக் கொள்ளுவோம். ஆறு மாதங்களாக நீங்கள் உங்கள் தவணைப் பணத்தைச் செலுத்தத் தவறியதால், உங்கள் வங்கி உங்கள் வீட்டை ஜப்தி செய்யத் தீர்மானித்துவிட்டது. அது உங்கள் வீட்டை அடுத்த மாதம் விற்பனை செய்ய ஏற்பாடு செய்துள்ளது. விற்பனைக்குப் பிறகு நீங்கள் அந்த வீட்டைவிட்டு வெளியேறியாக வேண்டும். ஆனால் உங்களுக்குப் போக்கிடம் ஏதும் இல்லை. கடந்த சில மாதங்களாக நீங்கள் மிகவும் கவலைப்பட்டு வந்துள்ளீர்கள், உங்கள் நிலைமை குறித்துக் கழிவிரக்கம் கொண்டு வந்துள்ளீர்கள். தொடர்ந்து ஒரு மோசமான விளைவைக் கற்பனை செய்து வந்துள்ளதன் மூலமாக நீங்கள் ஓர் அசௌகரியமான உணர்வை அனுபவித்து வந்துள்ளீர்கள்.

சென்ற ஆண்டில் உங்கள் அத்தை ஒருவர் இறந்துவிட்டார் என்றும், அவர் தன் வீட்டை உங்கள்

பெயரில் எழுதி வைத்துவிட்டுச் சென்றுள்ளார் என்றும், கூடவே நீங்கள் உங்கள் வாழ்நாள் முழுவதும் வசதியாக வாழத் தேவையான பணத்தையும் விட்டுச் சென்றுள்ளார் என்றும் வைத்துக் கொள்ளுவோம். இவ்விஷயம் உங்களுக்குத் தெரிய வரும்போது, ஓர் அற்புதமான எதிர்காலத்தை நீங்கள் கற்பனை செய்யத் தொடங்குகிறீர்கள், ஒரு வசதியான வீட்டில் ஒரு சொகுசான வாழ்க்கையை நீங்கள் வாழ்ந்து கொண்டிருப்பதுபோல நீங்கள் கற்பனை செய்கிறீர்கள். உங்களுடைய தற்போதைய வீடு ஜப்தி செய்யப்பட இருப்பது குறித்து இப்போது உங்களுக்கு எந்தக் கவலையும் இல்லை. நீங்கள் ஒவ்வொரு நாளும் வெளியே சென்று குதூகலமாகக் கொண்டாடுகிறீர்கள்.

திடீரென்று ஒருநாள், உங்கள் அத்தையின் வழக்கறிஞர் உங்களைத் தொடர்பு கொண்டு, உங்கள் அத்தை தன் வீட்டையும் பணத்தையும் உங்கள் பெயரில் எழுதி வைக்கவில்லை, மாறாக உங்கள் சகோதரியின் பெயரில் எழுதி வைத்துவிட்டுச் சென்றுள்ளார் என்று உங்களிடம் கூறுகிறார். இப்போது நீங்கள் ஒரு மோசமான விளைவைக் கற்பனை செய்யத் தொடங்குகிறீர்கள். மேலும், வரவிருந்த வீடும் பணமும் பறிபோனதும் உங்களைப் பெரும் மனச் சோர்வுக்கு ஆளாக்குகிறது.

அடுத்த மாதம் உங்களுடைய வீடு விற்பனை செய்யப்பட்டு நீங்கள் அதிலிருந்து வெளியேற்றப்பட்டு நடுத்தெருவில் நிற்கும்போது என்னவெல்லாம் நிகழுமோ என்று நீங்கள் கவலைப்படுகிறீர்கள். ஒரு வாரத்திற்குப் பிறகு, உங்கள் அத்தையின் வழக்கறிஞர் மீண்டும் உங்களை அழைக்கிறார். உங்கள் அத்தையைப் பெரிதும் வெறுத்த உங்கள் சகோதரி, தனக்கு அந்த வீடு வேண்டாம் என்றும், அந்த வீட்டையும் பணத்தையும் நீங்களே வைத்துக் கொள்ளலாம் என்றும் கூறிவிட்டதாக அந்த வழக்கறிஞர் உங்களிடம் கூறுகிறார். இப்போது நீங்கள் மீண்டும் ஒரு நல்ல விளைவைக் கற்பனை செய்யத் தொடங்குகிறீர்கள். உங்களுடைய தற்போதைய வீடு விற்பனையான பிறகு,

நீங்கள் அதிலிருந்து வெளியேறி, உங்கள் அத்தை உங்களுக்கு விட்டுச் சென்றுள்ள வீட்டில் குடியேறுகிறீர்கள். அது ஒரு புறநகர்ப் பகுதியில் அமைந்துள்ளது. வாழுவதற்கு ஏற்ற ஒரு வீடாக அது இல்லை என்பதை இப்போது நீங்கள் கண்டறிகிறீர்கள். அந்த வீடு அமைந்துள்ள பகுதியும் மோசமானதாக இருக்கிறது.

அந்த வழக்கறிஞர் மீண்டும் உங்களைத் தொடர்பு கொள்ளுகிறார். உங்கள் அத்தையின் உயிலில் ஏதோ பிரச்சனை இருக்கிறது என்றும், பணம் எப்போது உங்கள் கைக்கு வந்து சேரும் என்று தன்னால் திட்டவட்டமாகக் கூற முடியாது என்றும் அவர் தெரிவிக்கிறார். நீங்கள் மீண்டும் கவலைப்படத் தொடங்குகிறீர்கள். நிச்சயமற்ற ஓர் எதிர்காலம் உங்கள் கண்முன்னே வந்து உங்களை பயமுறுத்துகிறது. மறுநாள், ஒரு கட்டடக்காரரிடமிருந்து உங்களுக்கு ஒரு கடிதம் வருகிறது. தான் அந்தப் புறநகர்ப் பகுதி முழுவதையும் இடித்துத் தரைமட்டமாக்கிவிட்டு, அதைப் புதிதாக உருவாக்க விரும்புவதாக அவர் அதில் குறிப்பிட்டுள்ளார். மேலும், உங்கள் வீட்டை ஒரு நல்ல விலைக்கு வாங்கிக் கொள்ளவும் அவர் தயாராக இருக்கிறார். நீங்கள் குதூகலமடைகிறீர்கள். கடைசியில் உங்கள் பணக் கஷ்டமெல்லாம் தீர்ந்துவிட்டதாக நீங்கள் மகிழ்ச்சியடைகிறீர்கள் . . .

நான் கூற வரும் விஷயம் என்னவென்று உங்களுக்குப் புரிந்திருக்கும் என்று நான் நினைக்கிறேன். எது உங்களுக்கு வருத்தத்தை ஏற்படுத்தியது? எது உங்களுக்கு மகிழ்ச்சியைக் கொடுத்தது? இரண்டுக்குமே நீங்கள்தான் காரணம். உங்கள் கற்பனையின் மூலம் நீங்கள்தான் அவற்றை உருவாக்கினீர்கள். நிலைமை மோசமடையும்போது கலக்கம் கொள்ளுவதும், நிலைமை மேம்படும்போது மகிழ்ச்சி அடைவதுமாக நீங்கள் இருந்து வந்துள்ளீர்கள். எல்லாமே நல்லபடியாகத்தான் முடியும் என்று துவக்கத்திலேயே உங்களுக்குத் தெரிந்திருந்தால் நீங்கள் எவ்வளவு மகிழ்ச்சியாக இருந்திருப்பீர்கள் என்று ஒரு கணம் கற்பனை

செய்து பாருங்கள். உங்கள் தனிப்பட்டத் தத்துவம் பிரபஞ்ச உண்மையின் அடிப்படையில் அமைந்திருக்கும்போதும், எல்லாமே நல்லபடியாகத்தான் முடியும் என்ற எதிர்பார்ப்பை நீங்கள் கொண்டிருக்கும்போதும் நீங்கள் மகிழ்ச்சியை உணருவீர்கள்.

உங்கள் வாழ்வில் முதலில் மோசமானவைபோலத் தோன்றிய நிகழ்வுகள் இன்னும் மோசமானவையாகவே இருப்பதை நீங்கள் எதிர்கொள்ளக்கூடும். அந்நிகழ்வுகள் மோசமானவை என்று தொடர்ந்து நீங்கள் நம்பி வந்திருப்பதும், அதற்கு ஏற்ப நீங்கள் நடந்து வந்துள்ளதும்தான் மோசமான விளைவுகள் உங்களுக்குக் கிடைத்திருப்பதற்குக் காரணமாகும். இப்போதும் ஒன்றும் தாமதமாகிவிடவில்லை. உங்களுக்கு நிகழ்ந்துள்ள சம்பவங்கள் பற்றிய உங்கள் எண்ணத்தை மாற்றிக் கொள்ளுங்கள், அப்போது உங்கள் விளைவுகளும் மாறும்.

தடைகள்

> "சிலிர்க்க வைக்கும் சிருங்கார மழை
> ஃபியூஜி மலைமுகட்டை மறைவாய் மூடுகிறது
> திரைவிலக்கப்படும்போது மிளிருகிறது அழகு
> பன்மடங்காய்."

> – பாஷோ

நம் வாழ்வில் குறுக்கிடும் தடைகளை நாம் பார்க்கின்ற விதம்கூட நம்முடைய மகிழ்ச்சியின்மீது ஓர் அளப்பரிய தாக்கத்தை ஏற்படுத்துகிறது. உங்கள் வாழ்வில் தடைகள் ஏற்படுவதற்கான காரணங்களில் ஒன்று, நீங்கள் அவற்றிலிருந்து கற்றுக் கொண்டு மேலும் வலிமையானவராக ஆவதுதான். "ஒரு சங்கிலியில் உள்ள மிகவும் பலவீனமான கண்ணி எந்த அளவு வலிமையானதாக இருக்கிறதோ, அந்தச் சங்கிலியும் அந்த அளவு வலிமையானதாகத்தான் இருக்கும்," என்ற கூற்றை

நீங்கள் கேள்விப்பட்டிருப்பீர்கள். நீங்கள் எந்த விஷயத்தில் மிகவும் பலவீனமானவராக இருக்கிறீர்களோ, அதில் நீங்கள் எந்த அளவு வலிமையுடன் இருக்கிறீர்களோ நீங்கள் அந்த அளவு வலிமையானவராகத்தான் இருப்பீர்கள்.

இயற்கையில் நீங்கள் இதை எல்லாவற்றிலும் பார்க்கலாம். தாய்ப் பறவை ஒன்று தன் குஞ்சுகளைக் கூட்டைவிட்டு வெளியே தள்ளுவதற்குக் காரணம், அவை பறக்கக் கற்றுக் கொள்ள வேண்டும் என்று அந்தத் தாய்ப் பறவை விரும்புவதுதான். அது தன் குஞ்சுகளுக்கு உணவூட்டுவதை நிறுத்துவதற்குக் காரணம், அவை தாமாக இரை தேடக் கற்றுக் கொள்ள வேண்டும் என்று அது விரும்புவதுதான். சிங்கக்குட்டிகள் விளையாட்டுத்தனமாக ஒன்றையொன்று தாக்குவதற்குக் காரணம், வளர்ந்த பிறகு அது அவற்றுக்கு உதவும் என்பதற்காகத்தான். விலங்குகளின் உலகில் 'வல்லவையே வாழும்' என்பதுதான் விதி. பலவீனமான விலங்குகள் கொல்லப்படும். வலிமையான ஆண் விலங்குகளுக்குத்தான் பெண் விலங்குகளுடன் புணர்ச்சியில் ஈடுபட வாய்ப்புக் கிடைக்கிறது.

விலங்குகளின் உலகில் வாழ்க்கை மிகவும் கடினமானது. அதுதான் அவற்றை அவ்வளவு வலிமையானவையாகவும் திறன் படைத்தவையாகவும் ஆக்குகிறது. உண்மையைக் கூறினால், இன்று நாம் ஒவ்வொருவரும் உயிர்வாழ்ந்து கொண்டிருப்பதற்குக் காரணம் நம்முடைய மூதாதையர் பிழைத்திருந்ததுதான். எனவே, உங்கள் வாழ்வின் சூழல்கள் சில சமயங்களில் வேதனையூட்டுபவையாகவும் கடினமானவையாகவும் இருப்பதற்கான காரணங்களில் ஒன்று இது:

பிரபஞ்சம் எப்போதும் உங்களுடைய பலவீனமான பகுதியையே தாக்குகிறது. ஏனெனில், அந்தப் பகுதிதான் அதிகமாக வலுவூட்டப்பட வேண்டிய ஒன்றாக இருக்கிறது.

நீங்கள் உங்கள் வாழ்வில் எதிர்கொள்ளுகின்ற சவால்கள் உங்களுக்கு வலிமை சேர்ப்பதற்காகப் பிரபஞ்சம் உங்களுக்கு அனுப்பி வைக்கின்ற அன்புப் பரிசுகளே. தடைகளிலிருந்து சிறப்பான பலன்களை நீங்கள் அறுவடை செய்ய விரும்பினால், அவற்றைக் கண்டு விலகி ஓடுவதற்கு பதிலாக, அவற்றைத் துணிச்சலாக எதிர்கொண்டு அவற்றிலிருந்து மீள வேண்டும்.

இதற்கான ஓர் எடுத்துக்காட்டைப் பார்க்கலாம். அந்நியர்கள் அடங்கிய ஒரு கூட்டத்தின் முன்னால் நின்று பேசுவதும் அந்நியர்களைச் சந்திப்பதும் கவலைக்கான மிகப் பொதுவான காரணங்களில் ஒன்று. நாம் ஒரு மோசமான விளைவைக் கற்பனை செய்வதிலிருந்துதான் அந்தக் கவலை உருவாகிறது. எடுத்துக்காட்டாக, நடிகர்கள் உட்படச் சிலர், ஒரு கூட்டத்தின் முன்னால் பேசுவதற்கு முன்பாகவோ அல்லது ஒரு பெரிய சந்திப்புக்கூட்டத்தில் கலந்து கொள்ளுவதற்கு முன்பாகவோ, தங்களை அமைதிப்படுத்திக் கொள்ள உதவக்கூடிய சில மருந்துகளை உட்கொள்ளுகின்றனர், அவர்கள் அவற்றுக்கு அடிமையாகியுள்ளனர்.

ஆனால், அவர்களுடைய மருத்துவர்கள் பரிந்துரைத்தால்கூட அத்தகைய மருந்துகள் அவர்களுக்குத் தேவையில்லை. அவர்கள் செய்ய வேண்டியதெல்லாம், ஒரு மோசமான விளைவைக் கற்பனை செய்வதற்கு அவர்களைத் தூண்டுகின்ற அந்த உள்ளார்ந்த பலவீனத்தை வலிமைப்படுத்துவதன்மீது அவர்கள் கவனம் செலுத்த வேண்டியதுதான். ஒரு கூட்டத்தின் முன்னால் நின்று பேசுவதற்கு பயப்படுகின்றவர்கள், தொடர்ந்து அவ்வாறு பேசிப் பழகுவதன் மூலம் அந்த பயத்திலிருந்து விடுபட்டுவிடலாம். ஆனால், தங்களுடைய கவலைக்கான உண்மையான காரணங்களைக் கையாளுவதற்கு பதிலாக, அவர்கள் அக்கவலையை மறக்கடிப்பதற்கான மருந்துகளைத் தேடி ஓடுகின்றனர். மருந்துகளைப் பயன்படுத்துவதன்

மூலமாக, சிறந்த பேச்சாளர்களாக உருவாவதற்கான வாய்ப்பை அவர்கள் தவறவிட்டுவிடுகின்றனர்.

உங்கள் வாழ்வில் ஏற்படும் சவால்களை நீங்கள் எவ்வாறு கையாள வேண்டும்? முதலில், பார்ப்பதற்குப் பிரச்சனைகள்போலத் தோன்றினாலும்கூட, ஒவ்வொரு சூழலுக்கும் ஒரு நோக்கம் இருக்கிறது என்றும், அவை உங்களுக்கு நன்மை பயப்பதற்கே ஏற்படுகின்றன என்றும் நீங்கள் உணர்ந்து கொள்ள வேண்டும். அச்சூழலைக் கையாள நீங்கள் கற்றுக் கொண்டுவிட்டால், பிறகு அச்சூழலால் உங்களுக்குப் பயனேதும் இல்லை. அது உங்கள் வாழ்வைவிட்டு ஓடிவிடும்.

நிவாரணமோ அல்லது தீர்வோ ஒரு தாம்பாளத்தில் வைத்து உங்களுக்குக் கொடுக்கப்படுவதில்லை. அது சாத்தியமில்லை. ஏனெனில், நீங்கள் ஒரு பிரச்சனையைக் கையாளுவதன் மூலமாகவே வலிமையையும் ஞானத்தையும் வசப்படுத்துகிறீர்கள். நீங்கள் நாடுகின்ற இலக்குகள்தான் வாழ்வின் உச்சகட்ட லட்சியம் என்று நினைத்துவிடாதீர்கள்.

அந்த இலக்குகளை அடைவதற்கு நீங்கள் பயணிக்கின்ற பாதைதான் உங்கள் லட்சியமாகும். நீங்கள் உங்கள் இலக்குகளை அடைவதை நோக்கிப் பயணித்துக் கொண்டிருப்பதும், பிரச்சனைகளுக்கான விடைகளைத் தேடிக் கொண்டிருப்பதும்தான் இந்த வாழ்நாளில் நீங்கள் தேர்ந்தெடுத்துள்ள பாதையில் உங்களை வழிநடத்திக் கொண்டிருக்கின்றன. இந்தப் பாதையில்தான் நீங்கள் பேருண்மையைக் கண்டுபிடிப்பீர்கள், இங்குதான் உங்கள் தலைவிதி உருவாகிறது, இங்குதான் உங்கள் மகிழ்ச்சி குடிகொண்டுள்ளது.

முன்னேற்றம்

"காற்றில் பறப்பதோ அல்லது நீரின்மீது நடப்பதோ அதிசயமல்ல. பூமியின்மீது நடப்பதுதான் அதிசயம்."
- சீனப் பழமொழி

கண்டுபிடிப்புகளுக்கும் அனுபவங்களுக்குமான ஓர் இடமே இந்த பூமி. நீங்கள் இந்த பூமியில் பிறந்திருப்பது ஒரு தற்செயலான நிகழ்வு அல்ல. நீங்கள் ஓர் ஆன்மிக அம்சம். உங்களைக் கச்சிதப்படுத்திக் கொள்ளுவதற்காக நீங்கள் இங்கு வந்திருக்கிறீர்கள். உங்களுடைய பிரச்சனைகளும் நீங்கள் அனுபவித்துள்ள துன்பங்களும் அந்த நோக்கத்திற்காகவே நிகழ்ந்துள்ளன. அந்த நோக்கத்தைக் கண்டுபிடிக்காமல் நீங்கள் இந்த உலகத்தைவிட்டுப் போய்விட்டால், நயாகரா நீர்வீழ்ச்சியைப் பார்ப்பதற்காகப் பல நூறு மைல்கள் பயணித்து வந்துவிட்டு, இறுதியில் உங்கள் ஹோட்டல் அறையிலேயே உங்கள் விடுமுறை முழுவதையும் கழிப்பதுபோல உங்கள் வாழ்க்கை ஆகிவிடும். வாழ்வும் சாவும்தான் உங்கள் இருத்தல் என்றும், இடைப்பட்ட அனைத்தும் வெறும் போராட்டமே என்றும் நீங்கள் நம்பினால், வாழ்க்கையை முக்கியமானதாகவும் அற்புதமானதாகவும் ஆக்குகின்ற மாயாஜாலம் உங்களுக்கு வாய்க்காமல் போய்விடும்.

பிரபஞ்சத்தின் ஓர் இன்றியமையாத பகுதி நீங்கள் என்பதை உணருவதற்கான பாதையிலிருந்து, அதாவது, ஞானோதயம் அடைவதற்கான பாதையிலிருந்து உங்களால் ஒருபோதும் விலகிச் செல்ல முடியாது. ஞானோதயம் என்பது ஒரு பெருங்கடலைப் போன்றது. ஞானோதயத்திற்கான நம்முடைய பாதைகள் ஆறுகளைப் போன்றவை. ஒவ்வோர் ஆறும் வித்தியாசமானது. ஆனால் அவை அனைத்தும் இறுதியில் அந்தப் பெருங்கடலுக்குத்தான் இட்டுச் செல்லுகின்றன. நாம் எதைச் செய்து கொண்டிருந்தாலும் சரி, அதை எங்கே செய்து கொண்டிருந்தாலும் சரி, அது நமக்கு மகிழ்ச்சியைக் கொண்டுவந்தாலும் சரி அல்லது வருத்தத்தைக் கொண்டுவந்தாலும் சரி, நாம் எல்லோருமே ஞானோதயத்தை நோக்கி நம்முடைய சொந்தப் பாதைகளில் பயணித்துக் கொண்டிருக்கின்றோம். நாம் ஏதேனும் தவறு செய்துவிட்டால்கூட, நாம் ஞானோதயத்தை அடைவதற்கான பாதையில்தான் போய்க் கொண்டிருக்கிறோம்.

உங்கள் பாதையில் நீங்கள் வேகமாக முன்னேறக்கூடும் அல்லது மெதுவாக முன்னேறக்கூடும். அது உங்கள் விழிப்புணர்வைப் பொருத்து அமையும். நீங்கள் குடித்துவிட்டுச் சாலையில் விழுந்து கிடந்தால், உங்கள் முன்னேற்றம் மெதுவானதாக இருக்கும். நீங்கள் பிரக்ஞையோடு ஞானோதயத்தைத் தேடிச் சென்றால், உங்கள் முன்னேற்றம் துரிதமானதாக இருக்கும். ஏனெனில், உங்களுக்கும் பிரபஞ்சத்திற்கும் இடையேயான உறவை நீங்கள் கண்டுகொள்ளுவீர்கள், உங்கள் பிரச்சனைகளை நீங்கள் கற்றுக் கொள்ளுவதற்கான வாய்ப்புகளாக நீங்கள் பயன்படுத்திக் கொள்ளுவீர்கள். அதன் விளைவாக, அமைதி, வெற்றி, அபரிமிதம், அதிர்ஷ்டம், செழிப்பு ஆகிய வெகுமதிகளை நீங்கள் அனுபவிப்பீர்கள்.

9

உங்கள்
கடந்தகால
மனவேதனைகளில்
இருந்து
விடுபெடுதல்

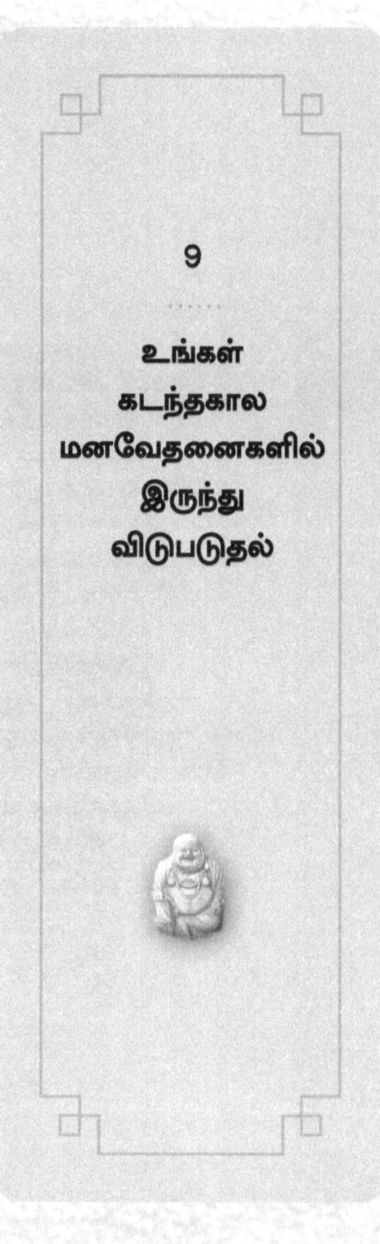

"கடந்தகாலத்தை
அசைபோடாதீர்கள்.
எதிர்காலத்தில்
உங்களைத்
தொலைக்காதீர்கள்.
கடந்தகாலம் கடந்து
போய்விட்டது.
எதிர்காலம் இன்னும்
வரவில்லை.
இக்கணத்தில்
வாழ்க்கையை ஆழமாக
உற்று நோக்கும் ஒருவர்
நிலைப்புத்தன்மையையும்
சுதந்திரத்தையும்
அனுபவிக்கிறார்."

- பத்தேகரட்டா சூத்தா

9 | உங்கள் கடந்தகால மனவேதனைகளிலிருந்து விடுபடுதல்

காலச்சக்கரத்தைப் பின்னோக்கிச் சுழற்றவும் கடந்தகால நிகழ்வுகளை மாற்றவும் நாம் இன்னும் கற்றுக் கொள்ளவில்லை. ஆனால், கடந்தகால நிகழ்வுகள் இன்று நம்மைச் சித்தரவதை செய்வதைத் தடுப்பதற்கு ஏதுவாக அந்நிகழ்வுகளைப் பற்றி நாம் உணரும் விதத்தை நம்மால் மாற்ற முடியும்.

நாம் அனைவரும் கடந்தகாலச் சுமைகளை இன்னும் சுமந்து திரிகிறோம்: நம்மை நோக்கி வீசப்பட்ட ஏளனச் சொற்கள், நம் இதயத்தை நொறுக்கிய சம்பவங்கள், நம் உணர்வுகளைக் காயப்படுத்திய நிகழ்வுகள், நம்மை வஞ்சித்த அல்லது நம்மிடம் பொய்யுரைத்த நபர்கள் பற்றிய நினைவுகள், நமக்கு நிகழ்ந்த வன்முறைகள், நாம் தவறவிட்ட வாய்ப்புகள், நாம் மேற்கொண்ட தவறான தேர்ந்தெடுப்புகள், நாம் இழந்த பொருட்கள், நாம் செய்த அல்லது செய்யாமல் போன விஷயங்கள், நமக்கு வேதனையூட்டிய தவறான புரிதல்கள், நண்பர்களின் இழப்புகள், மற்றவர்களுக்கு ஏமாற்றத்தையும் வேதனையையும் ஏற்படுத்திய நம்முடைய நடவடிக்கைகள் என்று இப்பட்டியலை இன்னும் நீட்டித்துக் கொண்டே

போக முடியும். அந்தச் சுமைகள் வீணானவை, நமக்கு எந்த விதத்திலும் நன்மை பயக்காதவை. எனவே, அவற்றை விட்டுத்தள்ளுவது அறிவார்ந்த செயலாக இருக்கும்.

உங்கள் கடந்தகால மனவேதனைகளிலிருந்து விடுபடுவது நிகழ்காலத்தில் நீங்கள் மகிழ்ச்சியாக இருக்க உதவுகிறது.

கடந்தகால மனவேதனைகளிலிருந்து எப்படி நிவாரணம் பெறுவது? கடந்தகாலத்தில் உங்கள் மனத்தைக் காயப்படுத்திய நிகழ்வுகளை இப்போது உங்களுக்குக் கிடைத்திருக்கும் புதிய கண்ணோட்டத்தைக் கொண்டு நீங்கள் பார்க்கலாம். கடந்தகால நிகழ்வுகள் அனைத்துமே உங்களுக்கு நன்மை பயப்பதற்காகவே நடந்தன அல்லது இனி நன்மை விளைவிக்கப் போகின்றன என்ற யோசனையை ஏற்றுக் கொள்ள நீங்கள் தயாராக இருக்கலாம்.

நீங்கள் உண்மையிலேயே மகிழ்ச்சியாக இருக்க விரும்பினால், உங்கள் கடந்தகாலத்தைத் திரும்பிப் பார்த்து, நீங்கள் ஒரு குழந்தையாக இருந்த சமயத்தை நினைவுபடுத்திக் கொள்ளுங்கள். பிறகு, அச்சமயத்திலிருந்து இக்கணம்வரை நிகழ்ந்துள்ள முக்கியமான அனுபவங்களை மீண்டும் நினைவுபடுத்திப் பாருங்கள். ஒவ்வோர் அனுபவத்தின் முடிவிலும், அதை உங்கள் மனத்திலும் இதயத்திலும் நீங்கள் சரிப்படுத்திக் கொள்ள வேண்டும்.

இதற்கு என்ன அர்த்தம் என்கிறீர்களா? மற்றவர்களுக்கு நீங்கள் செய்துள்ள எந்தக் காரியங்களுக்காக நீங்கள் பின்வருத்தம் கொள்ளுகிறீர்களோ, அவற்றுக்காக உங்களை நீங்கள் மன்னித்துக் கொள்ள வேண்டும். மற்றவர்கள் உங்களுக்குச் செய்துள்ள மோசமான காரியங்களுக்காக நீங்கள் அவர்களை மன்னிக்க வேண்டும். ஒவ்வொரு நிகழ்வும் உங்களுக்கு நன்மை பயப்பதற்காகவே ஏற்பட்டதாகவோ அல்லது இனி நன்மை விளைவிக்க இருப்பதாகவோ நீங்கள் ஒப்புக் கொள்ள வேண்டும். உங்களுடைய பலவீனமான பகுதியில் நீங்கள் வலிமை பெறுவதற்காகவோ அல்லது

உங்களுக்குத் தேவையான ஒரு படிப்பினைய உங்களுக்குக் கொடுப்பதற்காகவோ அந்நிகழ்வுகள் ஏற்பட்டதாக நீங்கள் உணர வேண்டும். இன்று வாழ்வில் அவநம்பிக்கையோடும் துன்புற்றுக் கொண்டும் இருக்கின்ற மக்களுக்கு அதன் மூலம் உங்களால் நம்பிக்கையூட்ட முடியும். கடந்தகால நிகழ்வுகளைப் புதிய புரிதலுடன் அணுகுவது உங்களுக்கு மன அமைதியையும் மகிழ்ச்சியையும் கொண்டுவரும்.

உங்கள் நினைவுகளுக்குப் புதிய தகவல்களைக் கொடுப்பது உங்கள் கடந்தகால நிகழ்வுகளைப் பற்றி நீங்கள் வேறு விதமாக உணர உங்களுக்கு உதவும். எனவே, நீங்கள் அந்நிகழ்வுகள் குறித்து வேதனைப்படுவதற்கு பதிலாக மகிழ்ச்சியடைவீர்கள். நீங்கள் இவ்வாறு செய்த பிறகு, அந்நிகழ்வுகளில் எவையேனும் மீண்டும் உங்கள் மனத்தில் தோன்றும் ஒவ்வொரு முறையும், அவை உங்களுக்கு நன்மை பயக்கவே ஏற்பட்டதாக உங்களுக்கு நீங்களே நினைவூட்டிக் கொள்ளுவதற்கு உங்களுடைய புதிய தத்துவத்தைப் பயன்படுத்திக் கொள்ளுங்கள். அந்நிகழ்வு குறித்து மோசமாக உணருவதற்கு பதிலாக, அச்சமயத்தில் உங்களுக்கு நிகழ்ந்த மிகச் சிறந்த நிகழ்வு அதுதான் என்று அங்கீகரியுங்கள். செய்வதற்கு இது மிகக் கடினமானதாக இருக்கும். இதற்கு அளப்பரிய விடாமுயற்சி இன்றியமையாதது. ஆனால் நீங்கள் இதை ஒருமுறை முயற்சித்துப் பார்த்தால், அதன் விளைவுகள் பிரம்மாண்டமானவையாக இருப்பதை நீங்கள் காணுவீர்கள்.

நீங்கள் உங்கள் கடந்தகாலத்தை விட்டுத்தள்ளத் தயாராக இருந்தால், உங்களால் மகிழ்ச்சியாகவும் சுதந்திரமாகவும் இருக்க முடியும். கடந்தகாலச் சுமைகளைக் கீழே இறக்கி வைப்பது உங்களுக்குப் பெரும் ஊக்குவிப்பாக இருக்கும். மலையளவு பிரச்சனைகளிலிருந்து ஒரேயடியாக ஒதுங்கிச் செல்லுவது போன்றது அது. உங்களால் அது முடியுமா? அந்தக் கூடுதல் சுமையை நீங்கள் தூக்கியெறிந்தால், ஒரு மெல்லிய காற்றில் ஒரு லேசான இறகுபோல மகிழ்ச்சியாக வானில் உயரே பறந்து செல்ல உங்களால் முடியும்.

நிகழ்காலக் கணம்

"நிகழ்காலக் கணமே அற்புதமான கணம்."

- திக் நட் ஹன்

நம்முடைய கடந்தகால மனவேதனைகளிலிருந்து விடுபட்டு ஒரு மகிழ்ச்சியான வாழ்க்கையை வாழுவதற்கான இன்னொரு முக்கியமான அம்சம் 'இக்கணத்தில்' வாழுதல் என்று திக் நாட் ஹான் என்ற துறவி கூறுகிறார். "நிலைபேறுடைமையைக் கணக்கில் எடுத்துக் கொள்ளும்போது சட்டெனத் தோன்றி மறையும் கணத்தை மேம்பட்ட மனிதர்களால் புரிந்து கொள்ள முடியும்," என்று ஐ-சிங் கூறுகிறது.

முடிவற்ற ஓர் எதிர்காலம் நமக்கு முன்னே பரந்து விரிந்து இருப்பதாகவும், முடிவற்ற ஒரு கடந்தகாலம் நமக்குப் பின்னே பரந்து விரிந்து இருப்பதாகவும் நாம் கற்பனை செய்கிறோம். எதிர்காலத்தையும் கடந்தகாலத்தையும் பிரிக்கின்ற ஒரு சிறு மயிரிழையான 'இக்கணம்'தான் நாம் வாழுகின்ற கணம் என்று நாம் நம்புகிறோம். ஆனால் யதார்த்தத்தில், இதற்கு நேரெதிரானதுதான் உண்மை. இக்கணம் என்பது முடிவற்றது. அது எப்போதும் இருந்து வந்துள்ளது, இப்போதும் நீடித்திருக்கிறது, இனியும் நீடிக்கும். எப்போதுமே இக்கணம்தானே? அறிவார்ந்தவர்கள் இந்த உண்மையைப் புரிந்து கொள்ளுகின்றனர்.

'இக்கணம்' என்பது மட்டுமே உண்மையில் உள்ளது.

நாம் நம்முடைய விழிப்புணர்வையும் கவனத்தையும் இக்கணத்தின்மீது குவித்து வாழும்போது, நம்முடைய கற்பனையை நம்முடைய கட்டுப்பாட்டிற்குள் வைக்கிறோம். நாம் கடந்தகால நினைவுகளில் மூழ்கிக் கிடப்பதில்லை, எதிர்காலத்தைப் பற்றிக் கவலைப்படுவதில்லை, நிகழ்வுகளைச் சீர்தூக்கிப் பார்ப்பதில்லை. ஆசியத் தத்துவங்களை மொழிபெயர்த்த இருபதாம் நூற்றாண்டு

மொழிபெயர்ப்பாளரான ஆலன் வாட்ஸ் இவ்வாறு கூறியுள்ளார்: "ஜென் என்பது வெறும் மையச் சூழல். அது இங்கே இக்கணத்தில் உள்ளது."

ஜென் தியானத்தின் மைய நோக்கமே அதுதான். தியானம் என்பது நம்மை நம்முடைய மையத்தில் நிலைப்படுத்தி நிகழ்காலக் கணத்தின்மீது நாம் கவனம் செலுத்தும்படி செய்கின்ற ஓர் உத்தியாகும். வாழ்க்கையில் நிகழும் சம்பவங்களுக்கு எதிர்வினையாற்றுவதற்கும் அவற்றை எடைபோடுவதற்கும் பதிலாக வாழ்க்கையை ஒரு சமநிலையான விதத்தில் பார்க்கின்ற பழக்கத்தை உருவாக்கிக் கொள்ளுவதற்கு இந்த தியானப் பயிற்சி உதவுகிறது. "தியானம் என்பது வாழ்க்கையிலிருந்து தப்பியோடுவதற்கான ஒரு வழி அல்ல. மாறாக, வாழ்வில் உண்மையிலேயே இருப்பதற்கான முன்தயாரிப்புதான்," என்று புத்தமதத் தலைவரான திக் நட் ஹன் கூறியுள்ளார்.

நம்முடைய மையத்திலிருந்து வாழுகின்ற பழக்கத்தைத் தற்காப்புக் கலையோடு ஆலன் வாட்ஸ் ஒப்பிடுகிறார். தற்காப்புக் கலைகளைப் பயிற்சி செய்யும்போது நீங்கள் எப்போதும் மைய நிலையில் இருக்க வேண்டும், இக்கணத்தின்மீது கவனம் செலுத்த வேண்டும். "ஏதோ ஒன்று ஒரு குறிப்பிட்ட வழியில் வரும் என்று நீங்கள் எதிர்பார்த்தால், அதற்குத் தயாராக நீங்கள் உங்களை நிலைப்படுத்திக் கொள்ளுவீர்கள். அது இன்னொரு விதத்தில் வந்தால், நீங்கள் உங்கள் ஆற்றலை அதற்கேற்ப மறுநிலைப்படுத்துவதற்குள் மிகவும் தாமதமாகியிருக்கும். எனவே, எப்போதும் மைய நிலையில் இருங்கள். அப்போது, எந்தத் திசையில் வேண்டுமானாலும் நகர நீங்கள் தயாராக இருப்பீர்கள். நீங்கள் உங்கள் மையத்திலிருந்து வாழும்போது, எதிர்பாராத நிகழ்வுகளைக் கண்டு கவலைப்படுவதற்கு பதிலாக அவற்றை கையாளக்கூடிய ஒரு சிறந்த நிலையில் நீங்கள் இருப்பீர்கள்," என்று ஆலன் வாட்ஸ் கூறுகிறார்.

தியானத்தின் பலன்களை அறுவடை செய்வதற்கு நீங்கள் நீண்ட நேரம் அதில் ஈடுபட வேண்டியதில்லை. அது சிக்கலானதாகவும் இருக்க வேண்டியதில்லை. நீங்கள்

இதுவரை தியானம் செய்ததில்லை என்றால், இன்றிலிருந்து தினமும் ஐந்து நிமிடங்கள் தியானம் செய்யும்படி நான் உங்களுக்குப் பரிந்துரைக்கிறேன். தியானத்திற்கான சிறந்த நேரம் அதிகாலை நேரம்தான். ஆனால், அது உங்களுக்குச் சாத்தியப்படாவிட்டால், உங்களுக்கு வசதியான ஒரு நேரத்தைத் தேர்ந்தெடுத்துக் கொள்ளுங்கள். உங்கள் முதுகு நேராக இருக்கும்படி வசதியாக அமர்ந்து கொள்ளுங்கள். உங்கள் கண்களை மூடிக் கொண்டு உங்கள் சுவாசத்தின்மீது கவனம் செலுத்துங்கள்.

ஐந்து நிமிடங்களுக்கு உங்கள் சுவாசத்தின்மீது கவனம் செலுத்துங்கள். உங்கள் எண்ணம் வேறு எங்கேனும் சென்றால், மீண்டும் உங்கள் கவனத்தை உங்கள் மூச்சின்மீது நிலைப்படுத்துங்கள். ஐந்து நிமிடங்களுக்கு உங்கள் சுவாசத்தின்மீது மட்டுமே கவனம் செலுத்தியபடி நீங்கள் ஆசுவாசமாக இருக்க வேண்டும், அவ்வளவுதான். மனத்தை ஒருமுகப்படுத்துவதன் முக்கியத்துவத்தை ஜென் துறவியான பாவோ சிஹ் இவ்வாறு சுருக்கமாகத் தொகுத்துரைத்துள்ளார்: "எந்தப் பொருளாலும் உங்கள் மனம் சலனப்படாமல் இருக்கும்போது, நீங்கள் இருக்கும் இடம் எதுவானாலும் அது ஞானோதயத்திற்கான இடம்தான்."

9

பிரபஞ்சத்தின் மொழி

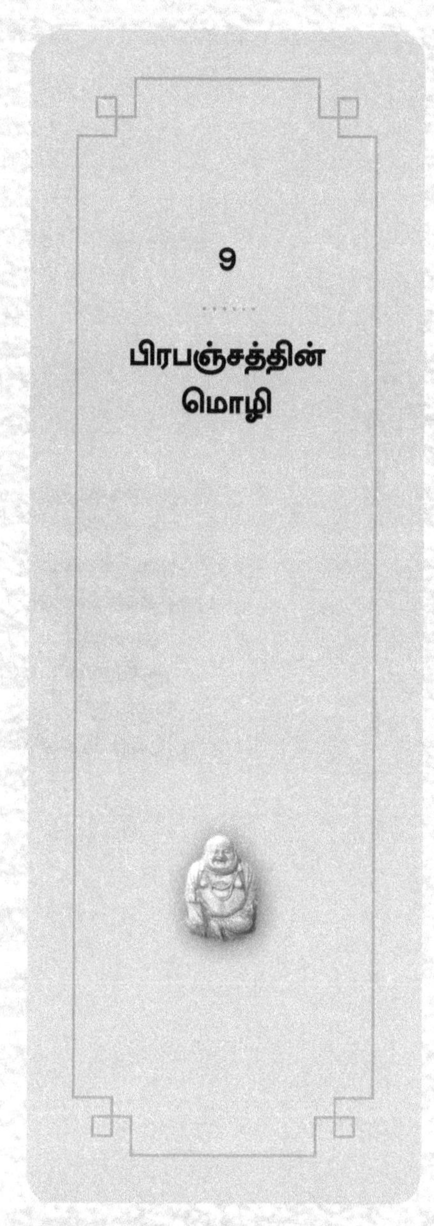

"பேருண்மைக்கான
வழியில்
அடைக்கலம்
புகுந்தவர்களுக்கு
அவ்வழி
ஆற்றலை
வழங்கும்."

- தாவோ தே சிங்

10 | பிரபஞ்சத்தின் மொழி

பிரபஞ்சம் உயிர்த்துடிப்பும் பிரக்ஞையும் கொண்டது என்பதையும், அது நம் ஒவ்வொருவரைப் பற்றியும் அறிந்துள்ளது என்பதையும் தெரிந்து கொள்ளுவது உங்களுடைய வாழ்வின் அனுபவத்தை மாற்றக்கூடும். பிரபஞ்சத்துடனான உங்கள் உறவிலும் அது ஒரு மாற்றத்தை ஏற்படுத்தும். நீங்கள் ஒரு புதிய உலகில் வாழ்ந்து கொண்டிருப்பதுபோல நீங்கள் உணருவீர்கள். நீங்கள் இப்புவியில் இருக்கும் காலம்வரை ஆனந்தமாக இருப்பீர்கள்.

பிரபஞ்சம் நம்மைப் பற்றி அறிந்திருப்பதோடு மட்டுமல்லாமல் நம்முடன் கருத்துப் பரிமாற்றமும் செய்கிறது. பதிலுக்கு, நாம் நம்முடைய வார்த்தைகள், எண்ணங்கள், மற்றும் செயல்கள் மூலமாக அதனோடு தொடர்ந்து கருத்துப் பரிமாற்றத்தில் ஈடுபடுகிறோம். பிரபஞ்சம் நிகழ்வுகள் மூலமாகச் செயல்விடை அளிக்கிறது.

நிகழ்வுகள்தான் பிரபஞ்சத்தின் மொழியாகும்.

அந்நிகழ்வுகளில் மிகவும் வெளிப்படையானதைத்தான் நாம் 'தற்செயலான நிகழ்வுகள்' என்று அழைக்கிறோம். நாம் ஒருவரைப் பற்றி நினைத்துக் கொண்டிருக்கும்போது,

துல்லியமாக அவர் நம்மைத் தொலைபேசியில் அழைப்பார். நாம் ஒருவரைச் சந்திக்க வேண்டும் என்று விரும்புவோம், ஆனால் அவருடைய முகவரியைத் தொலைத்துவிட்டிருப்போம். அப்போது, நம் வீட்டிற்கு வந்திருக்கும் நம் நண்பர் ஒருவர், "நேற்று நான் யாரைப் பார்த்தேன் தெரியுமா?" என்று நம்மிடம் கேட்பார். நீங்கள் அதற்கு பதிலளிக்கும் முன்பாக, உங்கள் நண்பரே அவருடைய பெயரைக் கூறுவார். யாரைச் சந்திக்க வேண்டும் என்று நீங்கள் நினைத்தீர்களோ, அவருடைய பெயரைத்தான் உங்கள் நண்பர் குறிப்பிடுகிறார். பிறகு அந்நபரின் முகவரியையும் தொலைபேசி எண்ணையும் அவர் உங்களுக்குக் கொடுக்கிறார்.

எனக்குத் தெரிய ஒரு நபரும் அவருடைய மனைவியும் ஹவாய் தீவில் வாழ்ந்து கொண்டிருந்தனர். அவர்களுடைய வீடு மிகவும் ஒதுக்குப்புறமாக இருந்தது. அவர்களுடைய வீட்டிற்கு இட்டுச் செல்லுகின்ற பாதை 'ஃபோர் வீல் டிரைவ்' வாகனங்கள் மட்டுமே செல்லத்தக்கவையாக இருந்தது. முக்கியச் சாலையிலிருந்து அவர்களுடைய வீட்டிற்குச் செல்லுவதற்கு இரண்டு மணி நேரம் பிடித்தது. எனவே, அவர்களுக்கு ஒரு வேன் மிகவும் தேவைப்பட்டது. அத்தகைய ஒரு வண்டி அந்தத் தீவில் ஒன்றே ஒன்றுதான் இருந்தது. அதுவும் விற்பனைக்கு இருக்கவில்லை. அது விற்பனைக்கு இருந்தாலும் அதை வாங்குவதற்கான பணம் அவர்களிடம் இருக்கவில்லை. அவர்களுக்குச் சொந்தம் என்று சொல்லிக் கொள்ளுவதற்கு சுமார் பத்தாயிரம் டாலர்கள் பெறுமானமுள்ள ஒரு சிறிய நிலம் மட்டுமே மான்டானா மாநிலத்தில் எங்கோ ஒரு மூலையில் இருந்தது. தங்களுடைய வேன் வெள்ளை நிறத்திலும் ஒரு நல்ல ஸ்டீரியோவுடனும் இருக்க வேண்டும் என்று அந்நபரின் மனைவி அவரிடம் கூறினார்.

இரண்டு வாரங்களுக்குப் பிறகு, அவர்கள் விரும்பிய அதே வகையான வெள்ளை நிற வேன் ஒன்று அவர்களுடைய வீட்டை நோக்கி வந்தது. அதை ஓட்டி வந்தவர்

இப்பெண்ணிடம், "நான் வழி மாறி வந்துவிட்டேன். நான் இந்தத் தீவில் நிரந்தரமாகத் தங்கிவிடும் எண்ணத்தில்தான் வந்தேன். ஆனால் என் மனம் மாறிவிட்டது. நான் இங்கிருந்து போகப் போகிறேன். இந்த வண்டியையும் நான் விற்கப் போகிறேன்," என்று கூறினார். அதற்கு அந்தப் பெண், "இனி அது என்னுடைய வேன்," என்று கூறிவிட்டு, அதற்கு ஈடாக, மான்டேனாவில் இருந்த தன்னுடைய நிலத்தை அவருக்குக் கொடுத்துவிட்டுக் கூடுதலாகச் சிறிது பணத்தையும் கொடுத்தார். அந்த வேனில் ஒரு நல்ல ஸ்டீரியோவும் இருந்தது.

இது ஒரு தற்செயலான நிகழ்வா?

இல்லை. பிரபஞ்சத்திடம் இருந்து வந்துள்ள ஒரு செய்தி இது. இது ஒரு பிரபஞ்ச நிகழ்வு. இது நம் எல்லோருக்கும் எல்லா நேரத்திலும் நிகழுகிறது. பிரபஞ்சத்திடமிருந்து நமக்குத் தொடர்ந்து தகவல்கள் வந்து கொண்டே இருக்கின்றன. சில தகவல்கள் மற்றவற்றைவிட அதிக வெளிப்படையானவையாக இருக்கின்றன. பெரும்பான்மையான நேரம், இந்தக் கருத்துப் பரிமாற்றங்கள் பற்றிய விழிப்புணர்வு நமக்கு இருப்பதில்லை. நமக்கு நிகழும் ஒன்றை நாம் அதிர்ஷ்டம் என்றோ அல்லது தற்செயலான நிகழ்வு என்றோ நாம் முடிவு கட்டிவிடுகிறோம். அவ்வாறு செய்வதன் மூலம், நம் வாழ்வில் நமக்குக் கிடைக்கவிருக்கும் ஒரு மிகப் பெரிய வாய்ப்பை நாம் தவறவிட்டுவிடுகிறோம். எந்தவொரு நிகழ்வையும் பிரபஞ்சம் நமக்கு அனுப்பி வைக்கின்ற ஒரு செய்தியாக நாம் அங்கீகரிக்கும்போது, வெளிப்படையான செய்திகள் அதிக அளவில் பிரபஞ்சத்திடம் இருந்து நமக்குக் கிடைக்கத் தொடங்குகின்றன. எப்பேற்பட்ட ஓர் ஆசீர்வாதம் இது!

பிரபஞ்சத்துடனான அத்தகைய கருத்துப் பரிமாற்றத்தை உருவாக்கிக் கொள்ள வேண்டியதன் முக்கியத்துவத்தை எவ்வளவு வலியுறுத்தினாலும் போதாது. அந்த வகையான தகவலும், பிரபஞ்சம் உயிர்த்துடிப்புடனும் பிரக்ஞையோடும் இருக்கிறது என்ற அறிதலும் நான் என்

வாழ்நாள் முழுவதும் சேகரித்துள்ள தகவல் குவியல்களில் முன்னணி நிலையில் உள்ளன. இது ஓர் இரண்டு வயதுக் குழந்தையுடன் நடந்து செல்லுவதைப் போன்றது. அக்குழந்தையுடன் ஒரு தீவிர உரையாடலில் ஈடுபடுவது சாத்தியமில்லை என்று நீங்கள் நினைக்கிறீர்கள். அது சாத்தியப்பட்டால், அவனுக்கு உதவக்கூடிய முக்கியமான தகவல்களை நீங்கள் அவனுக்குக் கொடுப்பீர்கள். ஆனால் இச்சிறிய வயதில் அவற்றை அவனால் புரிந்து கொள்ள முடியாது என்று நீங்கள் நினைப்பதால் அவற்றை நீங்கள் அவனுக்குக் கொடுப்பதில்லை. ஆனால் திடீரென்று, அக்குழந்தை உங்களை ஏறிட்டுப் பார்த்துவிட்டு, "விலங்குகளால் சிந்திக்க முடியும் என்று நீங்கள் நம்புகிறீர்களா?" என்று உங்களிடம் கேட்கிறான். இப்போது ஒரு புதிய உலகம் திறக்கிறது. நீங்கள் அக்குழந்தையோடு ஒரு தீவிர உரையாடலைத் துவக்குகிறீர்கள். இது உங்கள் இருவருக்கும் வெகுமதியளிப்பதாக இருக்கிறது.

பிரபஞ்சமும் இப்படித்தான் நடந்து கொள்ளுகிறது. பிரபஞ்சம் குறித்த விழிப்புணர்வு உங்களுக்கு இருக்கிறது, அதன் மொழி (நிகழ்வுகள்) உங்களுக்குப் புரிகிறது என்பதைப் பிரபஞ்சம் அறிந்து கொள்ளும்போது, கருத்துப் பரிமாற்றங்கள் அதிகரிக்கின்றன. தரத்திலும் அளவிலும் அவை பெரிதும் மேம்பட்டுள்ளன. பிரபஞ்சத்திடமிருந்து உங்களுக்கு ஏராளமான உதவியும் உள்ளீடுகளும் கிடைக்கின்றன. பிரபஞ்சத்திடமிருந்து வருகின்ற மிகச் சிறிய உதவிகூட உங்கள் வாழ்வில் குறிப்பிடத்தக்க முக்கியத்துவம் வாய்ந்ததாக இருக்கிறது.

இந்தக் கருத்துப் பரிமாற்றங்களை நீங்கள் எவ்வாறு அங்கீகரிப்பது? ஒரு சிறு புன்னகையோ அல்லது மனமார்ந்த நன்றியோ போதும். இதை நீங்கள் ஒரு வழக்கமாக ஆக்கிக் கொள்ளும்போது, பெரும் திருப்தியளிக்கின்ற விளைவுகளை அதிக அளவில் நீங்கள் பெறத் தொடங்குவீர்கள். பிரபஞ்சத்துடன் நீங்கள் கொண்டுள்ள நெருக்கமான உறவைப் பற்றிய உங்கள் விழிப்புணர்வும் பெருமளவு அதிகரிக்கும். அது ஒரு மிகப் பெரிய ஆசீர்வாதமாகும்.

ரகசியமும் புன்னகையும்

" 'என்னால் முடியாது' என்று ஒருபோதும் கூறாதீர்கள். ஏனெனில், நீங்கள் முடிவற்றவர். உங்கள் இயல்புடன் ஒப்பிடும்போது காலமும் வெளியும்கூட அதற்கு ஈடாக மாட்டா. உங்களால் எதையும் சாதிக்க முடியும்."

– சுவாமி விவேகானந்தர்

உங்களால் முடிந்தபோதெல்லாம் மகிழ்ச்சியாக இருங்கள். பிரக்ஞையுடன்கூடிய மகிழ்ச்சியை உணருங்கள். ஏனெனில், உங்கள் வாழ்வில் நிகழும் எல்லாமே உங்களுக்குப் பெரும் நன்மை பயப்பதற்காகவே நிகழுகின்றன.

பெரும்பான்மையான நேரம், நாம் சூழ்நிலைகளுக்கும் நிகழ்வுகளுக்கும் சிந்திக்காமல் எதிர்வினையாற்றுகிறோம். நாம் எப்படிச் செயல்விடை அளிக்க விரும்புகிறோம் என்பதைத் தேர்ந்தெடுப்பதற்கான சுதந்திரம் நமக்கு இருக்கிறது, ஆனால் தேர்ந்தெடுப்பதற்கு நம்மை நாம் பழக்கப்படுத்திக் கொள்ள வேண்டும். மகிழ்ச்சிதான் நம்முடைய இலக்கு என்பதை நினைவில் இருத்திக் கொண்டு, ஒவ்வொரு சூழ்நிலையையும் ஒவ்வொரு நிகழ்வையும் குறித்து நாம் சிந்தித்துச் செயல்பட வேண்டும், மகிழ்ச்சியாக இருப்பதை நாம் தேர்ந்தெடுக்க வேண்டும்.

ஆனால் ஒரு சூழ்நிலை நமக்கு வேதனையைக் கொண்டுவரும்போதோ அல்லது நம்மிடமிருந்து ஒன்றைப் பறித்துக் கொள்ளும்போதோ, மகிழ்ச்சியைத் தேர்ந்தெடுப்பது நமக்கு இயலாததாக இருக்கும். ஆனால், பலர் அதைச் செய்யக் கற்றுக் கொண்டுள்ளனர். அது பெரும் பலனளிப்பதை அவர்கள் ஒப்புக் கொள்ளுகின்றனர்.

உங்களாலும் அதைச் செய்ய முடியும்.

மகிழ்ச்சியாக இருப்பதைத் தேர்ந்தெடுத்துக் கொண்டுள்ள மக்கள் எப்போதும் ஒரு புன்னகையுடன் வலம் வருகின்றனர். அந்தப் புன்னகை அவர்களிடம் ஏதோ ஒரு

ரகசியம் இருப்பதைச் சுட்டிக்காட்டுவதுபோல இருக்கிறது, அந்த ரகசியத்தைப் பற்றிய சிந்தனைதான் அவர்களுக்கு மகிழ்ச்சியைக் கொண்டுவருவதுபோலத் தெரிகிறது. என்ன நேர்ந்தாலும் சரி, அந்த ரகசியத்தைப் பற்றிய அறிதல் அவர்களுடைய அந்தப் புன்னகையைத் தக்கவைக்கிறது. நீங்கள் எங்கோ நடந்து சென்று கொண்டிருக்கும்போது ஒரு நூறு ரூபாயைத் தொலைத்துவிடுவதைப் போன்றது அது. ஆனால், வங்கியில் உங்கள் கணக்கில் பல லட்சம் ரூபாய் இருக்கிறது என்பதை நீங்கள் அறிவீர்கள். எனவே, அந்த நூறு ரூபாய் இழப்பு உங்கள் மகிழ்ச்சியைக் குறைப்பதில்லை. உண்மையில், அந்த இழப்பு உங்கள் மகிழ்ச்சியைக் குறைக்கவில்லை என்ற உணர்தலே உங்களை மகிழ்ச்சிப்படுத்தப் போதுமானதாக இருக்கும். இத்தகைய சிறு விஷயங்கள் உங்களை பாதிக்கும் நிலையை நீங்கள் கடந்துவிட்டீர்கள் என்ற அறிதல் உங்களுக்கு மேலும் அதிக மகிழ்ச்சியைக் கொண்டுவருகிறது.

அந்த ரகசியத்தை நீங்கள் அறிந்து கொண்டவுடன், வாழ்வின் சிறுசிறு விஷயங்களை நீங்கள் ரசிக்கத் தொடங்குவீர்கள். வாழ்க்கையை அவசர அவசரமாக வாழுவதற்கு பதிலாக, நின்று நிதானித்து, ஒரு குருவி, ஒரு சூரிய அஸ்தமனம், ஒரு மரத்தின் இலைகளைத் தழுவிச் செல்லுகின்ற மெல்லிய காற்று, ஒருவருடைய அழகான கூந்தல் ஆகியவற்றை நீங்கள் ரசிப்பீர்கள். உங்கள் குளியலை முன்பைவிட அதிக ஆனந்தமாக நீங்கள் அனுபவிப்பீர்கள். ஒரு நண்பருடனான உரையாடல், தனிமையில் நேரம் செலவிடுதல் போன்றவை உங்களுக்குக் குதூகலமூட்டும். உங்கள் மகிழ்ச்சியைக் காவு வாங்குகின்ற விஷயங்கள், எங்கோ தொலைதூரத்தில் நடக்கும் மோசமான சம்பவங்கள், செய்திகளில் இடம்பெறும் எதிர்மறையான தகவல்கள் ஆகியவற்றின்மீது கவனம் செலுத்துவதை நீங்கள் நிறுத்துவீர்கள்.

ஏதோ ஒன்று சரியில்லை, ஏதோ மோசமானது நடக்கப் போகிறது, உங்கள் முயற்சியில் நீங்கள் தோல்வியுறக்கூடும், நீங்கள் போதுமான தகுதி படைத்தவரல்ல, நீங்கள்

போதிய அளவு அறிவும் வலிமையும் படைத்தவரல்ல போன்ற கவலைகள் உங்களைவிட்டுப் பறந்து போய்விடும். உங்களைப் பற்றி நீங்கள் கொண்டுள்ள சந்தேகங்கள் மறைந்துவிடும், உங்களிடத்தில் தன்னம்பிக்கை குடியேறும்.

பிரபஞ்சத்தின் ஒரு பகுதியான நீங்கள் எப்போதும் அக்கறையோடு கவனித்துக் கொள்ளப்படுகிறீர்கள், ஒரு பொக்கிஷம்போலப் பாதுகாக்கப்படுகிறீர்கள்.

கற்றுக் கொள்ளுவதற்காகவே நீங்கள் இந்த பூமியில் பிறந்திருக்கிறீர்கள். நீங்கள் கற்றுக் கொள்ள வேண்டிய பாடங்கள் இருக்கின்றன. காயங்களும் மனவேதனைகளும் உங்களுக்காகக் காத்துக் கொண்டிருக்கின்றன. மோசமான விஷயங்கள் நிகழும். ஆனால் நீங்கள் அவற்றை ஒரு புதிய கண்ணோட்டத்தில் பார்ப்பீர்கள். தொலைந்து போன உங்கள் பர்ஸோ, உங்கள் காலில் ஏற்பட்டக் காயமோ உங்களுக்குக் கோபத்தையோ அல்லது வலியையோ ஏற்படுத்தாது. ஏனெனில், பாசம் கொண்ட ஒரு பிரபஞ்சம் உங்களை அக்கறையோடு கவனித்துக் கொண்டிருக்கிறது என்பதை நீங்கள் அறிவீர்கள். துரதிர்ஷ்டம்போல மாறுவேடம் அணிந்து வந்துள்ள நிகழ்வுகள் இறுதியில் உங்களுக்கு நன்மையே பயக்கும் என்பதை நீங்கள் அறிவீர்கள். இச்சமயத்தில்தான் உண்மையான மகிழ்ச்சி உங்கள் வாழ்வினுள் நுழைகிறது, அது நிரந்தரமாக உங்களுடன் தங்கிவிடுகிறது.

"எல்லாமே என் நன்மைக்காகவே நிகழுகிறது" என்ற பிரபஞ்ச உண்மையை நீங்கள் அறிந்து கொள்ளும்போது உங்கள் வாழ்க்கை இப்படி மகிழ்ச்சிகரமானதாக ஆகிவிடும்.

பிரபஞ்சத்தின் மாபெரும் வாக்குறுதி

"நீங்களே பார்த்துக் கொள்ளுங்கள்."

- ஷாயிட்ஸ

இச்சிறு நூலிலிருந்து நீங்கள் கற்றுக் கொண்டுள்ள விஷயத்தை நீங்கள் உங்கள் வாழ்வில் கடைபிடித்தாலொழிய அதனால் உங்களுக்கு எந்தப் பயனும் விளையாது. எந்தவொரு விஷயத்தையும் ஒருமித்த கவனக்குவிப்புடன் செய்வதுதான் ஜென் வழி என்பதை நினைவில் கொள்ளுங்கள்.

"எனக்கு நிகழுகின்ற எல்லாமே எனக்கு நன்மை பயப்பதற்காகவே நிகழுகிறது" என்ற பிரபஞ்ச உண்மையின்மீது உங்கள் மனத்தையும் கவனத்தையும் ஒருமுகப்படுத்துங்கள்.

"இந்நிகழ்விலிருந்து எனக்கு என்ன நன்மை விளையும்?" என்று உங்களை நீங்களே உற்சாகமாகக் கேட்டுக் கொள்ளுங்கள்.

இத்தகைய ஒரு கண்ணோட்டத்துடன் நீங்கள் உங்கள் வாழ்க்கையை அணுகும்போது, நீங்கள் கற்பனை செய்துள்ளதைவிட மிக அற்புதமான, மிகவும் அதிசயமான ஓர் உலகில் நீங்கள் வாழ்ந்து கொண்டிருப்பதை நீங்கள் காணுவீர்கள், அபரிமிதமான மகிழ்ச்சியை அனுபவிப்பீர்கள்.

ஒரு குழந்தையின் மரணம், அன்புக்குரிய ஒருவரின் மரணம், ஹிட்லரின் கொடுங்கோன்மை, 2001ம் ஆண்டு செப்டம்பர் மாதத்தில் நிகழ்ந்த பயங்கரவாதம் போன்ற மிகக் கடுமையான விஷயங்களை முதலில் கையாளாதீர்கள். மாறாக, சிறிய விஷயங்களிலிருந்து துவக்குங்கள். எடுத்துக்காட்டாக, தவறுதலாக நீங்கள் ஒரு சுவரில் முட்டிக் கொண்டால், " 'இக்கணத்தின்'மீது அதிக கவனம் செலுத்த நான் கற்றுக் கொள்ள வேண்டும். அதை எனக்கு நினைவுபடுத்தியதற்கு நன்றி," என்று கூறுங்கள். பிறகு பெரிய விஷயங்களை உங்களால் சுலபமாகக் கையாள முடியும்.

என்னுடன் நேரம் செலவிட்டதற்கு நன்றி. உங்களுடைய முயற்சியை நான் அங்கீகரிக்கிறேன். ஞானோதயத்தை நோக்கிய பாதையில் நீங்கள் தொடர்ந்து பயணிப்பது குறித்து நான் உங்களை மதிக்கிறேன். உங்களுடைய உற்சாகத்திற்கும், துணிச்சலான இதயத்திற்கும், உங்கள் இருத்தல் பற்றிய உண்மை குறித்த உங்களுடைய தேடலுக்கும் நான் தலைவணங்குகிறேன். நீங்கள் நீடூழி வாழ வேண்டும், மகிழ்ச்சியாக வாழ வேண்டும் என்று நான் மனமார வேண்டிக் கொள்ளுகிறேன்.

நன்றியுரை

PublishingCoaches.com அமைப்பைச் சேர்ந்த நைஜெல் யோர்வெர்த் மற்றும் பெட்ரீஷியா ஸ்படாரோவுக்கு நான் என் ஆழ்ந்த நன்றியைத் தெரிவித்துக் கொள்ளுகிறேன். இப்புத்தகம் முழுமை பெறுவதற்கு ஒவ்வொரு நிலையிலும் அவர்கள் எனக்குப் பேருதவியாக இருந்தனர். இந்நூலைத் திருத்தியமைப்பதிலும் மெருகேற்றுவதிலும் பெட்ரீஷியாவின் பங்கு போற்றுதலுக்குரியது. இந்நூலைப் பிரபலப்படுத்துவதற்கும் அயல்நாட்டுப் பதிப்பாளர்களிடம் இதைக் கொண்டு சேர்ப்பதற்கும் நைஜெல் ஆற்றிய பங்கிற்காக அவருக்கு எவ்வளவு நன்றி கூறினாலும் போதாது.

உட்புற வடிவமைப்பிற்கு உதவிய ரோஜர் கெஃப்வர்ட், அட்டைப்பட வடிவமைப்பிற்கு உதவிய நீதா யபாரா ஆகியோருக்கும், புத்தகத் தயாரிப்பில் உதவிய, மீடியா ஒர்க்ஸ் நிறுவனத்தைச் சேர்ந்த மார்த்தா லோனர், கேத்தி லாங்கே ஆகியோருக்கும் நான் என் நன்றியைத் தெரிவித்துக் கொள்ளுகிறேன்.

நாகலட்சுமி சண்முகம்

மொழிபெயர்ப்பாளர்

நாகலட்சுமி கடந்த ஏழு ஆண்டுகளில் எழுபதுக்கும் மேற்பட்ட நூல்களை மொழியாக்கம் செய்துள்ளார். இவருடைய மொழிபெயர்ப்புக்குக் கிடைத்துள்ள அங்கீகாரங்களில் 2014ல் திருப்பூர் தமிழ்ச் சங்கம் அளித்த 'தமிழ் மொழிபெயர்ப்புத் துறைக்கான சிறப்பு விருதும்,' இவர் மொழிபெயர்த்த 'இறுதிச் சொற்பொழிவு' நூலுக்கு 2014ல் வழங்கப்பட்ட 'நல்லி திசை எட்டும் மொழியாக்க விருதும்' அடங்கும். 2017 மே மாதம் தமிழக அரசு சிறந்த மொழிபெயர்ப்பாளருக்கான விருதை நாகலட்சுமிக்கு வழங்கி கௌரவித்துள்ளது.

தமிழ் நாடகத் துறையின் முன்னோடி மேதைகளான டி.கே.எஸ். சகோதரர்களில் ஒருவரான திரு. முத்துசாமி அவர்களின் பேத்திகளில் ஒருவர் இவர்.

தம்பதியருக்கு இடையேயான உறவுகளை மேம்படுத்துவதற்கு உதவும் இவரது முதல் சுயபடைப்பான 'மாயாஜாலமான மணவாழ்க்கை மறந்து போன ரகசியங்கள்' என்ற நூல் சமீபத்தில் வெளியாகிப் பெரும் பாராட்டுக்களைப் பெற்றுள்ளது.

கிறிஸ் பிரென்டிஸ்

நூலாசிரியர்

கிறிஸ் பிரென்டிஸ், கலிபோர்னியா மாநிலத்தில் உள்ள மலிபூ நகரில் அமைந்துள்ள 'பேஸேஜஸ் அடிக்ஷன் கியூர் சென்டர்' அமைப்பின் நிறுவனர் ஆவார். மதுப் பழக்கத்திலிருந்து விடுபடுவது பற்றிய ஒரு நூலையும் சீனத் தத்துவம் மற்றும் சுயமுன்னேற்றம் பற்றிய பல நூல்களையும் அவர் எழுதியுள்ளார்.

பண்டைய சீன நூலான 'ஐ-சிங்' உரையை எல்லோரும் சுலபமாகப் புரிந்து கொண்டு பயன்படுத்தக்கூடிய வகையில் அவர் மொழிபெயர்த்துள்ளார். உலகம் நெடுகிலும் அவர் அது குறித்துப் பெரிதும் புகழப்படுகிறார். தெற்குக் கலிபோர்னியாவில் அவர் பல தனிநபர் ஊக்குவிப்புக் கருத்தரங்குகளை நடத்தியுள்ளார். ஒரு முழுநீளத் திரைப்படத்தையும் அவர் எழுதித் தயாரித்து இயக்கியுள்ளார். அவர் தன் மனைவி லின்னுடன் கலிபோர்னியாவில் மலிபூ நகரில் வசித்து வருகிறார்.